काही कविता - अशाही!

(कविता संग्रह)

उमाकान्त कीर

दिलीपराज प्रकाशन प्रा. लि.

२५१ क, शनिवार पेठ, पुणे - ४११ ०३०

प्रकाशक
राजीव दत्तात्रय बर्वे,
मॅनेजिंग डायरेक्टर,
दिलीपराज प्रकाशन प्रा. लि.,
२५१ क, शनिवार पेठ,
पुणे - ४११ ०३०
दूरध्वनी (सर्व फॅक्ससहित)-
२४४७१७२३, २४४८३९९५, २४४९५३१४
Email: diliprajprakashan@yahoo.in

प्रथमावृत्ती - ११ एप्रिल २०१३ (गुढीपाडवा)

प्रकाशन क्रमांक - २०२५

ISBN - 978 - 93 - 82988 - 09 - 0

मुद्रक
Repro India Ltd,
Mumbai.

टाईपसेटिंग
सौ. मधुमिता राजीव बर्वे,
पितृछाया मुद्रणालय,
९०९, रविवार पेठ,
पुणे - ४११ ००२

मुखपृष्ठ - हेमंत देशपांडे
आतील सजावट - कैवल्य राम मशिदकर

काही कविता– अशाही! / Kahi Kavita– Ashahi !

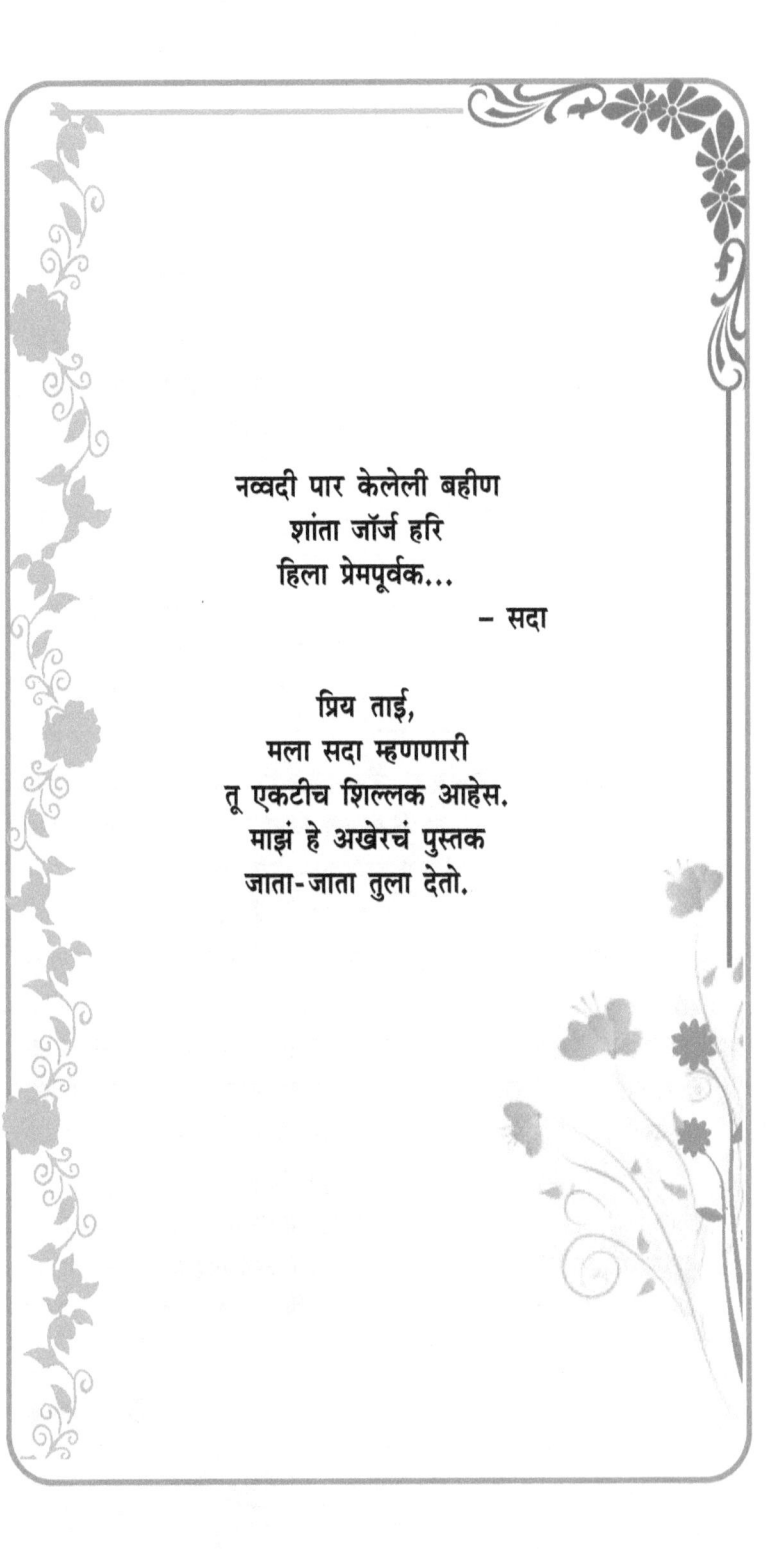

नव्वदी पार केलेली बहीण
शांता जॉर्ज हरि
हिला प्रेमपूर्वक...

— सदा

प्रिय ताई,
मला सदा म्हणणारी
तू एकटीच शिल्लक आहेस.
माझं हे अखेरचं पुस्तक
जाता-जाता तुला देतो.

प्रस्तावना

गिरिजा कीर आणि प्रा. उमाकान्त कीर यांची बरीच पुस्तके दिलीपराजने प्रकाशित केलेली आहेत.

उमाकान्त कीर यांच्या सांध्यपर्वातील ९४ कवितांचा संग्रह त्यांनी प्रकाशनासाठी पाठवला आहे. या पुस्तकाची अर्पणपत्रिका वाचल्यावर तो प्रकाशित होण्याची त्यांची कळकळ, तळमळ जाणवते. आपल्या नव्वदी पार केलेल्या ज्येष्ठ ताईला ते अर्पण करताना त्यांनी म्हटले आहे, "मला सदा म्हणणारी तू एकटीच आहेस. माझं हे अखेरचं पुस्तक जाता-जाता तुला देतो." म्हणजे, आपल्या सृजनाचा हा अंतिम आविष्कार आहे; यापुढे नवा बहर येणार नाही, अशा निरोपाच्या-निरवानिरवीच्या मानसिकतेत उमाकान्त कीर आज आहेत. त्यामुळे हे पुस्तक काढायलाच हवे, असे मनःपूर्वक वाटते.

या पुस्तकातील कवितांमधली सहजस्फूर्त चिंतनात्मकता आणि आपल्या एकूणच अस्तित्वाचा अन्वयार्थ लावण्याची, प्रगल्भ परिणीत वृत्ती प्रकट होते. आपल्या देव-धर्माबद्दलच्या श्रद्धा, जीवनातील संगती-विसंगतींकडे पाहताना, वास्तवाचे वैविध्य आकळताना, निसर्गाच्या विभ्रमांचा चमत्कार न्याहाळताना, निकटच्या नात्यांतील व्यामिश्रता सहृदयतेने समजून घेताना करुणेचा भाव ओसंडून वाहताना दिसतो. समाजातील बुवाबाजी, खुळाचार, जातीपातींचे प्रस्थ, राक्षसी प्रवृत्तीच्या माणसांनी निर्माण केलेले प्रत्येक घराचे भयंकर जंगल– हे सारे व्यर्थ, निरर्थक आहे– पण ते वास्तव आहे, हे स्वीकारण्याची झालेली मनाची तयारी या रचनांमध्ये दिसते. त्यापलीकडे जाऊन सुख-दुःखाचा, नात्यांतील नजाकतीचा, सुखाच्या क्षणांचा, मनातला विठ्ठल जागवण्याचा, आपल्याच आठवणींतून आपल्या घरी आपल्या दिवलीने आत्मदीप लावण्याचा, जगाशी असलेले नाते शोधण्याचा, जे समजूनसुद्धा शहाणे होत नाहीत त्यांच्यापुढे काव-काव करण्याच्या वैयर्थ्याचा, आत्मभानाचा आविष्कार करणाऱ्या या सोप्या-सुगम रचना कबीराच्या दोह्यांप्रमाणे अर्थसंपृक्त आहेत. हिमालय मोठा असेल, पण मला माझा सह्यकडाच प्रिय आहे— हा सूर आत्मदीप उजळवणारा आहे.

–शंकर सारडा

- १ -

चंद्रतनय दादा संन्यासी आणि ब्रह्मचारी
अशा व्यक्ती तर हव्यात अपुल्या शेजारीपाजारी

रामभक्त ते हनुमंताची उपासना करतात
मनात येते तेव्हा सज्जनगडावरी जातात!

श्रीरामाचे सेवक अद्‌भुत मारुतिराय म्हणून
दादासुद्धा सदैव लोकां तेच पथ्य देऊन...

दिवस सरावा असा सांगती सद्‌गुरु दादाजी
त्या नामाची मुद्रा राजस उमटे कायेमाजी

ती काया छाया होउनिया माया सरसावते
समर्थ होउन किमर्थ वदते, सहसा भारावते

शुभ्र वसन धारण करतात धोरण शुभ्र तयांचे
उपासनेचे नाते त्यांचे, गोत्र तेच त्यांचे

चंद्रतनयसे आपण व्हावे, आता एक मनीषा
या आशा तू कराव्या पुऱ्या कृपावंत ईशा!

०-०-०

- २ -

असे दुःख सारे उरी बाळगावे
उगा जाहिराती नये सांगू जगता
कुणालाही ऐकावया सवड नाही
जगाने दुरूनीच हसुनी बघावे!

जगाने तुला द्यायची साथ का रे?
तुझे तू जगावे कुठे कोपऱ्यात
रडावे, कढावे की विवळून गावे
कुणा कोण सांगेल, हसतील सारे!

तुझी सावली कायशी वायलीशी
चुलीशी रमेना, घरी काम काय?
तुला का मनाशी स्मरे रामराय
हलो एकदा, मागुती बाय बाय!

रडे आवरून स्मिताने सजावे
फुलांनी फुलावे जगा गंध द्यावा...

०-०-०

- ३ -

तुझ्या आवडी तू मनी साठवाव्या,
दुजे दार पाहून उपयोग नाही
तुझी भिंत न्यारी म्हणोनीच प्यारी
तुझी तू बघावी नि घ्यावी भरारी!

रडे आवरून नवे गान गावे
तुझे गान गाया कुणा वेळ आहे?
तुझे गीत-संगीत टिपुनी वहीत
म्हणावे स्वत:शी पुरे, वेळ आहे!

कशा आवडी या मनातून जाव्या,
कुठे कुलुप लावून कमरेस चाव्या
असा चावीगुच्छ बरा शोभतो की
सख्यांचा कसा जीवही लोभतो की!

किती आवडी घ्या घमेले भरून
कुणी भागलेले करून करून!

० - ० - ०

- ४ -

असा रंग भिंतीस लावायचा की,
सुटे पोपडेही बरे वाटतील
वरूनी बरे छान पाणी गळेल,
किती बादल्या खालती साठतील!

वरी लोक शाणे भले राहणारे
असे खालचेना पखाल भरून
कसे दान करतात जळसंपदेचे,
बरी सोय होते वरी राहत्यांची!

कसा रंग त्यांचा कळेना कळेना,
कसे रूप त्यांचे जुळेना मिळेना...
अशा रागरंगात आम्ही रहावे,
कसे आमुचे फूल फुलता फुले ना!

म्हणोनीच भिंत अशी रंगवावी
तिचे पोपडेही कसे रंगतात!

०-०-०

- ५ -

मना तू मनोराज्य करशी मनात
असा भासशी छानसा जन्मजात
मनाला पहा गान गाऊन जावे
खुळे छान व्हावे, बरे गान गावे!

मने दूरची पार विसरून जावी
किती भाग्यशाली कुणाला न ठावी
तुझे भाग्य बाप्पा इथे राहतोस
मने आमुची रोजला पाहतोस!

कुठे ती लता आणि आशाहि गाते
कसे सूर साधे पहाटे प्रभाते
मन:पूत माझे समाधान होते
मनाचे मनाशी कसे भान येते!

मनोराज्य साधे कुणालाही लाभे
अभाग्यसही दार उघडून देते...

०-०-०

- ६ -

शिवा केशवा माधवा रामनाथा
कुठे सांग टेकू सकाळीच माथा?
कसे स्तोत्र गाऊ समोरी तुझ्या मी,
मना शांतवून असे मी रिकामी!

रिकामी निकामी निरुद्योग स्वामी
कुणाचा जगाचा की दाही दिशांचा?
दिशा काय त्यांना दशाही म्हणावे,
रडे थांबवून मनाशी कण्हावे!

किती दैवते ही, कसे नाम घ्यावे
कुणी पुण्य द्यावे असे दर्शनाने?
अरे काय सांगू, किती छान वाटे
सकाळी दुपारी तसे या पहाटे!

शिवा केशवा काय गावे नव्याने,
कुठे टेकवू या खुळ्या मस्तकास...

०-०-०

- ७ -

किती रंग ल्यावे, रुपे काय घ्यावी,
किती नाटके मी जगातून न्यावी?
नसे नाटकी मी, तुला तेच वाटे,
म्हणोनीच स्वप्नात येशी पहाटे!

कसा चेक द्यावा, कशी मात द्यावी...
कुणाला भले चालताना बघावे?
निजेतून सध्या कुठेही निघावे,
कुणाच्या मनी सांग आता थिजावे?

थिजावे, भिजावे, शिजावे असे श्यामकाळी
सकाळी दुपारी तसे सांजकाळी
असे रंगताना तरंगून गावे,
कुठे कोकिळा या, कुठे सांग रावे?

तुझे रूप राजा, तुला ठाउके ना
कसा गद्य गाण्यात घेशील ताना?

०-०-०

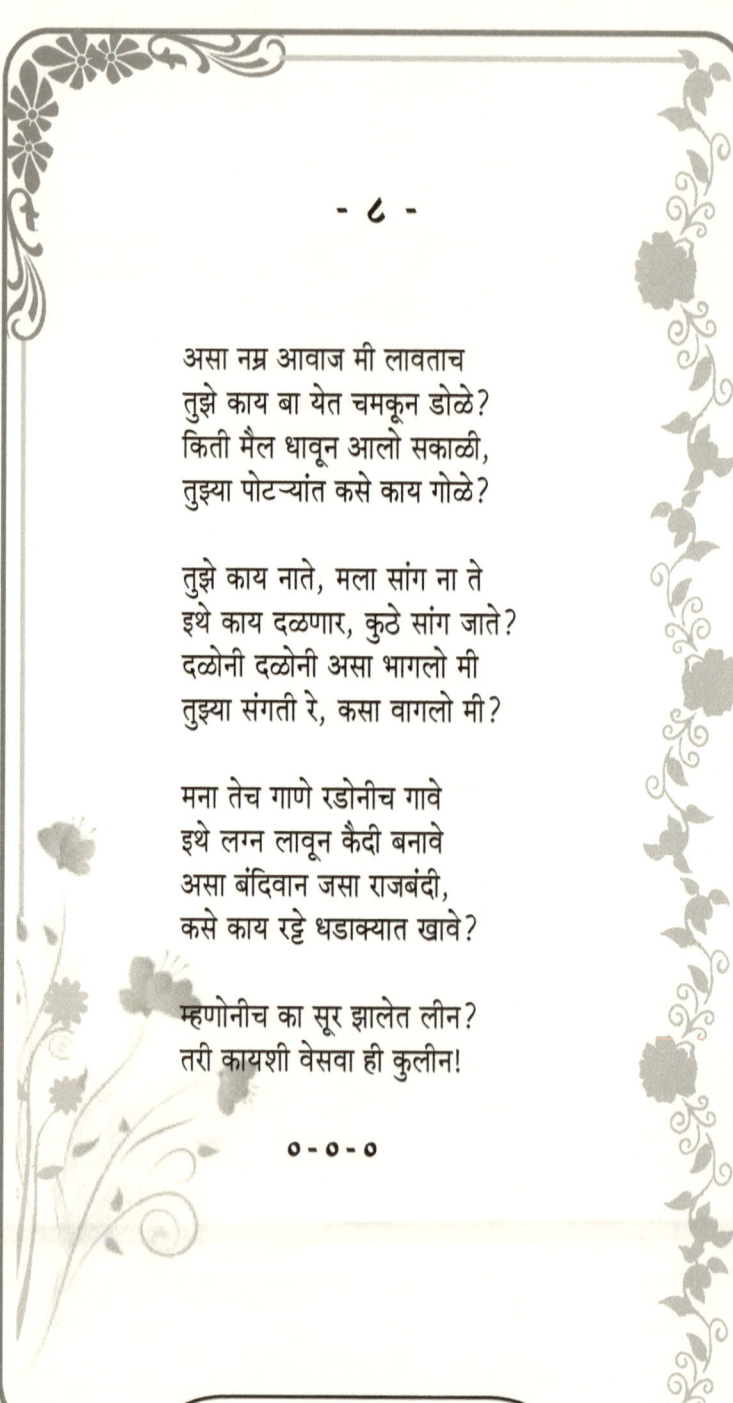

- ८ -

असा नम्र आवाज मी लावताच
तुझे काय बा येत चमकून डोळे?
किती मैल धावून आलो सकाळी,
तुझ्या पोटऱ्यांत कसे काय गोळे?

तुझे काय नाते, मला सांग ना ते
इथे काय दळणार, कुठे सांग जाते?
दळोनी दळोनी असा भागलो मी
तुझ्या संगती रे, कसा वागलो मी?

मना तेच गाणे रडोनीच गावे
इथे लग्न लावून कैदी बनावे
असा बंदिवान जसा राजबंदी,
कसे काय रट्टे धडाक्यात खावे?

म्हणोनीच का सूर झालेत लीन?
तरी कायशी वेसवा ही कुलीन!

०-०-०

- १ -

विठू पावलांशी असे लीन व्हावे
जसे जन्म साती असे सार्थ व्हावे...
नदीतीर अवघा कसा पुण्यशील
असा देव दिसतो जसा पूजशील!

विठूपावले पाहुनी धन्य व्हावे
मनाचे समाधान व्हावेच व्हावे...
तिथे दैवते सर्व येती जमून
म्हणूनी रहावे नमून नमून!

विठूपावले सार्थ वारी करीती
तिथे तीर्थ सारे करीं काय येते?
तिथे आपुले फक्त त्याशीच नाते,
म्हणोनी रमावे विभावे स्वभावे!

विठू पावले हाच आधार एक
तिथे दैवते देख येती अनेक!

०-०-०

- १० -

असे छान गावे, असे गान गावे
कसे गोड आलाप स्वर्गीय व्हावे?

नसो गोड आवाज कंठात काही
तरी त्यातुनी मुक्त गाणे फुलावे

मनाशी शिणावे, मनाशी कण्हावे
तरी त्यातुनी गोड गाणे म्हणावे

असे पुण्य बाळा मनातून यावे
तिथे पापही कायसेसे रुजावे

असे गान काही भलेसे भिजावे
असे गीत काही खुळेसे थिजावे

कळीतून येते फुलीं उन्मलून
तसे काहीसे या तरूला जमावे

तरू वेल यातून गाणे झुलावे
तिथे स्वर्ग साती थरारून यावे!

०-०-०

- ११ -

वडसाल पिंपळा लावा,
त्यातून धन्यता पावा
श्र्वासात तनात मनात
येणार रुजुनिया पावा!

वड साक्षी ठेवुन सावित्र येणार
सत्यवान प्रियकर जीवन त्या देणार
सात जन्म मिळावी साथ
वर असा सहज घेणार!

वड तत्परसा पावावा
म्हणुन प्राण पणा लावावा
तो हेतु साजुनी दिसतो
त्यांनीच करावा दावा!

वड पिंपळ झाडे साधी
पदरात धन्यता आधी...

०-०-०

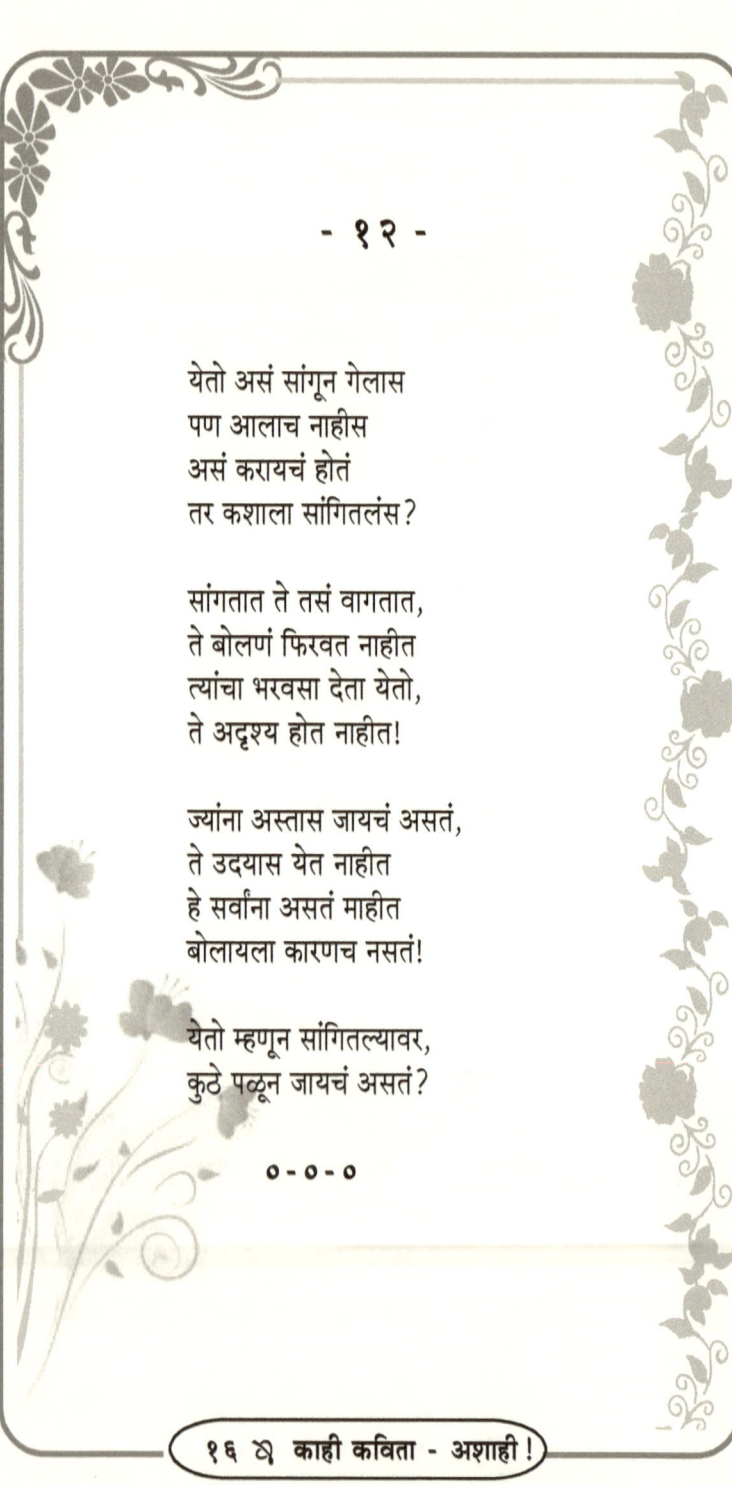

- १२ -

येतो असं सांगून गेलास
पण आलाच नाहीस
असं करायचं होतं
तर कशाला सांगितलंस?

सांगतात ते तसं वागतात,
ते बोलणं फिरवत नाहीत
त्यांचा भरवसा देता येतो,
ते अदृश्य होत नाहीत!

ज्यांना अस्तास जायचं असतं,
ते उदयास येत नाहीत
हे सर्वांना असतं माहीत
बोलायला कारणच नसतं!

येतो म्हणून सांगितल्यावर,
कुठे पळून जायचं असतं?

०-०-०

- १३ -

जन्मदिवस पुन्हा येईल
फरक काय पडणे आहे?
रोजचेच रडगाणे ते,
आजही गायचे आहे!

तरिसुद्धा मुक्त मनाने
गाऊया ते रडगाणे
स्वर सात मस्त लावू या
गायनी मत्त रंगू या!

जन्मदिवस आपुल्यापुरता
गोडधोड इतरांसाठी
मग कोणा कुणाच्या पाठी
येईल शहाणासुरता!

येणारा दिवस कसाही
शिकवणार काहीबाही...

०-०-०

- १४ -

या मातीत अभ्रक आहे
पण विकण्याजोगा नाही
ती खाण कशास म्हणावी,
उकरण्यात अर्थच नाही!

या कुशीत बालक आहे
आडवेच आले आहे
मायलेकरांना धोका
काळ साधणार मोका?

असते ते, ठाऊक नाही
नसते ते, तेच हवेसे वाटे
कुसुमाला वेलीवरही
गंधसंगती येत का काटे?

माती रंग कसाही
ती दान काय देणार
की वांझ राहुनी जाई?

०-०-०

- १५ -

अपस्मार अथवा धनुर्वात केव्हा
कुणा न्यावया यायचा, हे कळेना
किती मांडले आकडे ज्योतिषाने
ग्रहांचे नि त्याचे कसे रे जुळेना?

भविष्यात येती भुतेही दडून
तुझा जीव त्यांच्यावरी का जडेल?
कसा चंद्र भ्रष्ट, कसे वक्र तारे
ग्रहांचा तमाशा कुणा आवडेल?

कुणी खेळ खेळा नऊही ग्रहांचे
बघा चंद्रजागा नि वेळा तपासा
कधी शुक्रतारा, शनी दे दिलासा
कुणी बांधुनी वेध घ्यावे दिशांचे?

कधी कोण कोठे कसा जायचा ते,
कुणी कान फुंकेल सांगा 'तिथून'?

०-०-०

- १६ -

फुलताना झुलताना डुलताना घ्या ताना
विलापात वा प्रलापातही घेत रहा आलाप
धृपदाच्या वा विपदांच्या रंगतील जेथे ताना
ते स्थळ माझे, अपुले हे समाजावुन घ्या ना!

बागेत असो रानात, खड्ड्यांत तसे कुंड्यांत
कुसुमाची उगवण वर येते वा मावळते
युवतीचे कुंतल कुरळे, बाळाचे जावळ ते
ते झाड शोभते बघ ना फांद्यातच वा बुंध्यात!

रानांत जंगलांमध्ये ते शिकार शोधत जाती
त्यांच्या नि शिकारींच्याही जपतात हिशेबी नाती
वाघाचे जमले तर द्रव्य आणि मालही मिळतो
मग सूर आपुला छान अपुल्यापाशी घुटमळतो!

फुलावे झुलावे डुलावे खुशीत
हिरवेपण अवघे तेव्हा सामावत जाय कुशीत!

०-०-०

- १७ -

ती लिहिते सुंदर साधे, वाचून पाहते डोळे...
ते तिच्याच पुरते हसती वा होत कधी रडवेले

बोलली जरी ना काही, संवाद तरी झडतोच
पापणीकडेला त्यांच्या एखादा आसू पडतोच!

मस्तके किती चरणांना स्पर्शून आजवर गेली
त्या अनंत श्रोतृगणाची मोजदाद कोणी केली?

बोलून सांगते काही, काही अबोलसेही
जुळती ते धागेदोरे, येतात जमून कसेही

त्या असामान्य माईची लेकरे विखुरली कोठे
शेजींची अतिसामान्य अस्वस्थ बापुडी पोटे

चांगले बरे वाईट छान मस्त म्हणती कोणी
ते सगळे पचवुनसुद्धा मधभरली राही वाणी

त्या सहज फुलत जाणाऱ्या गिरिकन्येची ती काया
छाया देते सगळ्यांना, बगळ्या कागांनाही जाऊ देत नाही वाया!

०-०-०

- १८ -

खुळेचार यांचे कधी थांबणार
अरे लग्न त्यांचे किती लांबणार?
कधी जोडवी ही सुखे घालणार,
कधी जानवे त्यास कोरे मिळेल?

तिच्या मुद्रिकेचा मुलामाही गेला
कसा आंगचा रंग राहील ओला?
मुखी येऊ द्या शब्द हा सावधान
गळा शोभु दे ही करांतील माला

किती हिंडणे हे, किती भेळ खाणे
कसे नाव घेता न घेता उखाणे
कुठे ती विराणी, कुठे हा तराणा
जगा दाखवाया बरे हे बहाणे!

कधी जोडपे हे जुने व्हावयाचे,
किती लाड होणार या जावयाचे...

०-०-०

- १९ -

रानात तसे गानात हरवुनी जावे
आनंद शिंपता शिंपण सोने व्हावे
कुसुमांची अंजलि वेलींनाच वहावी
ती कशी हासते, जवळुन दुरुन पहावे!

रानास म्हणा कानन किंवा जंगल
ते फुलाफळांनी करीत राही मंगल
ती वेल कशी वृक्षास लगटुनी राही
तू मिशीत हस वा वापर बाबा बाही!

रानावनात बाप्पा मजेत हिंडुन यावे
दिसणार काय कोठे, हे कुणि सांगावे?
कोणती वेल देईल दवापाणीही
कानात तुझ्या सांगणार कोणी नाही!

रानास म्हणावे, घर दुसरे सुंदर
ते केवळ घर नाही, तेही एक मंदिर!

०-०-०

- २० -

पित्यादेशाने श्रीराम निघे वनवासा
ती पाउलवाट धरोनी सीतामाय निघाली
लक्ष्मूभावजी संगती होते हीच
तिज खातर होती, होता एक दिलासा

श्रीराम बोलवित नव्हते तरी भावजी आले,
ऊर्मिला तयांच्या संगे आली नाही
जानकी-राम तो विचार का करतील?
सुचणार कसे, त्यांनाही समजले नाही

मायतात उभयतां कष्टत तिष्ठत होते
त्यां समजत होते हे दैवाचे देणे
आदेश कुणाचा? दशरथराजाचा नव्हता
ते दुर्दैवाचे नशिबाने ये लेणे!

वनवास तसा तो आक्रीत होता, नव्हता
आदेश पित्याचा, नव्हे मवाळ जहाल...

०-०-०

- २१ -

पांडुरंग माझ्या मनी नित्य नांदावा
हे वारकऱ्यांना सांगणार तर कोण
ते सांगुन काय करावे—
तो त्रिकोन की चौकोन?

पांडुरंग माझ्या ओठी
गायने रोज मी गातो
ते कुणास का सांगावे
मी पेणे कुठले घेतो?

मी म्हणतो पेणे त्यास
करतोच तिथे मुक्काम
मग निवांत अन् निष्काम
आळवीत विठुरायास!

विठ्ठला, नदीच्या काठी
धाडिते कोण सांगावा?

०-०-०

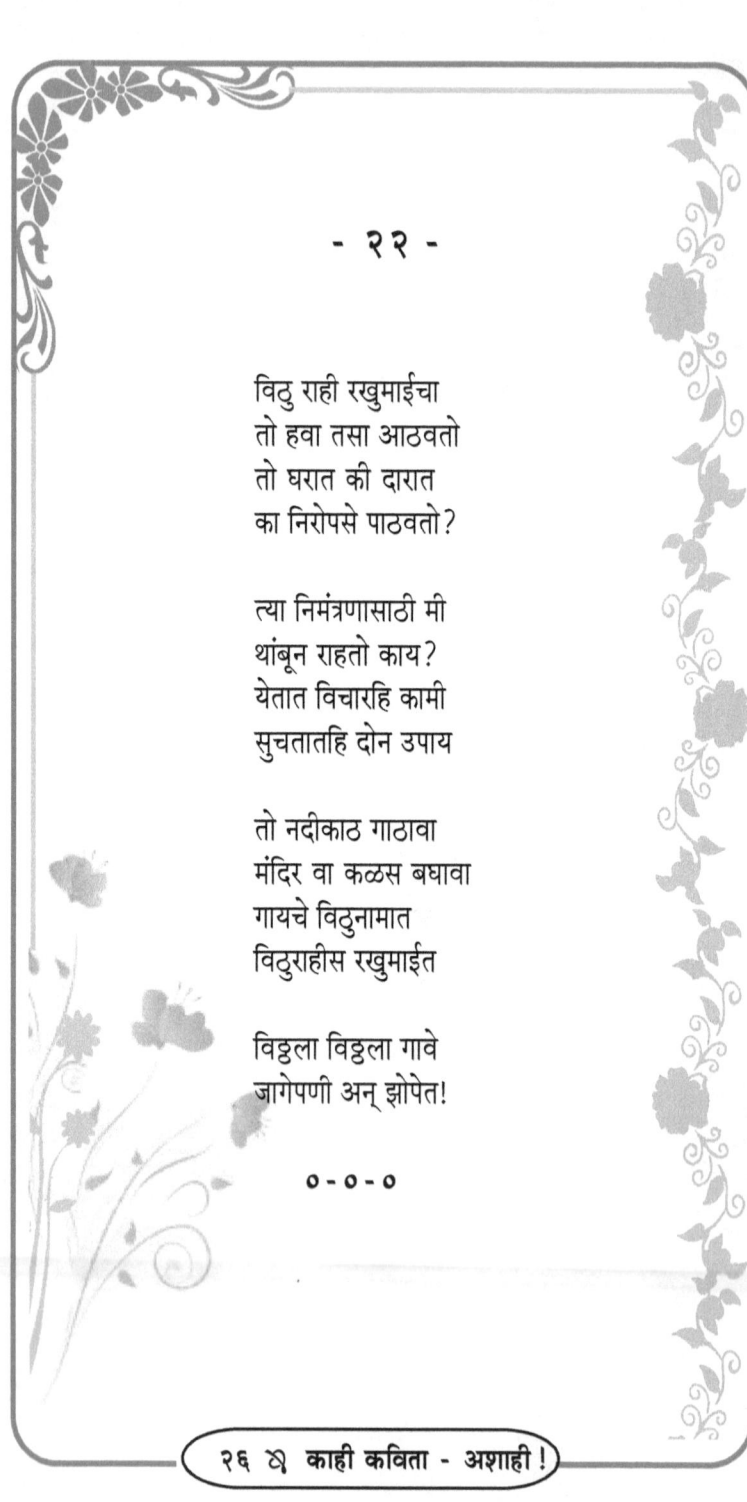

- २२ -

विठु राही रखुमाईचा
तो हवा तसा आठवतो
तो घरात की दारात
का निरोपसे पाठवतो?

त्या निमंत्रणासाठी मी
थांबून राहतो काय?
येतात विचारहि कामी
सुचतातहि दोन उपाय

तो नदीकाठ गाठावा
मंदिर वा कळस बघावा
गायचे विठुनामात
विठुराहीस रखुमाईत

विठ्ठला विठ्ठला गावे
जागेपणी अन् झोपेत!

०-०-०

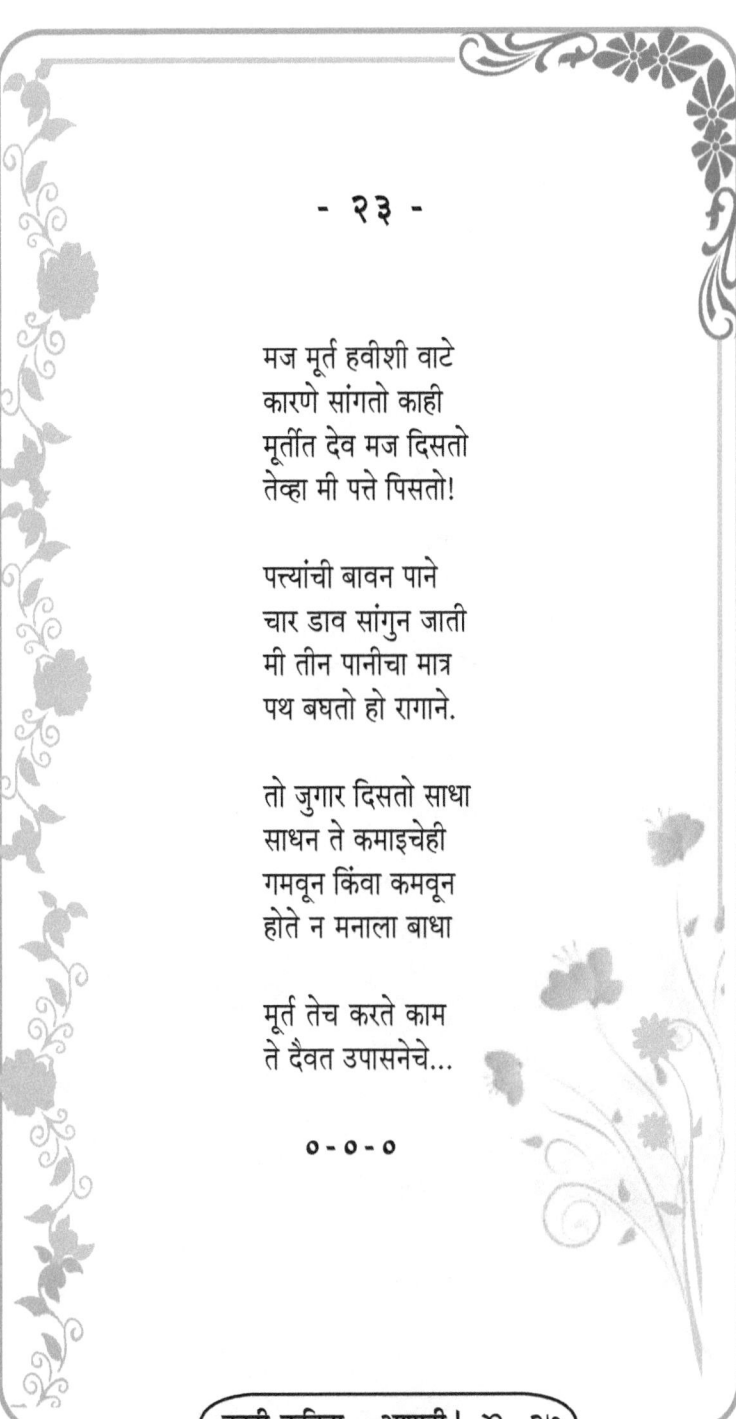

- २३ -

मज मूर्त हवीशी वाटे
कारणे सांगतो काही
मूर्तीत देव मज दिसतो
तेव्हा मी पत्ते पिसतो!

पत्त्यांची बावन पाने
चार डाव सांगुन जाती
मी तीन पानीचा मात्र
पथ बघतो हो रागाने.

तो जुगार दिसतो साधा
साधन ते कमाइचेही
गमवून किंवा कमवून
होते न मनाला बाधा

मूर्त तेच करते काम
ते दैवत उपासनेचे...

०-०-०

- २४ -

कोणास वाटतो तुच्छ
कुसुमांचा सुंदर गुच्छ

परसदार हिरवे लाल
येथून दिसतसे स्वच्छ

मग असा काय तो मख्ख
नजर का नच त्याची लख्ख

फुलवेली आवारात
फुलविती दिवस अन् रात

का उगास राग धरावा,
की मनातील कांगावा

देवाने तरि या वेड्या
करु देउ नये कांगावा!

फुल करते मन कुसुमितसे
म्हणता का त्यास निरीच्छ?

०-०-०

- २५ -

ते घड्याळ हातावरले
दिसतो बघ पंजर साधा

ते वेळ काय दाखविते
उत्सुकसे मानस करिते

जायचे कुठे का होते,
का भेटाया सखयाते

काय ते आठवत नाही,
मन काय साठवत काही

हातात कायसे असते
ते बघणाऱ्याला दिसते

जे असते ते तर दिसते
मन मनाआड का हसते

की साधा पंजरसुद्धा
अडवून ठेविते बाधा!

०-०-०

- २६ -

तू आठवणींची दिवली दारी लाव
उघडी दारे बाकीची नंतर लाव
अडसर घे लावुन समोरच्या दाराला
मग मनी मंत्र गा, देवा ये मजला पाव!

पावकी गायची अडीचकी समजून
शब्दांचा बळकट अर्थ मनी उमजून
कुणि म्हणोत काही भलेबुरे अपुल्याला
जायचे काय कधि मनात रागेजून?

दिवली बाळा तू दारापाशी लाव
समजेल तयांना हवा तसा तो भाव
जे समजुनसुद्धा होणे नाहि शहाणे
कावकाव करुनी लागे काय टिकाव?

अपुली दिवली ती असते अपुल्यासाठी
जो भाव तुझा तो राहिल रे तुज पाठी!

० - ० - ०

- २७ -

या आयुष्याचे दान समजुनी घ्यावे
विठुनामाचे ते गान सदोदित गावे
पावसात किंवा पागोळ्यांत भिजून
सुकलेल्या देहा हवे तसे भिजवावे!

भिजलास तसा घे वाळवून कोनात
या त्रिकोनात वा तिथल्या षट्कोनात
ते गान मनी आनंदे गात रहावे
वा समजुन घ्यावा मोदहि तो मौनात!

हे दान मिळे एकदा, पुन्यांदा नाही
म्हणून सार्थक त्याचे खरोखरीचे व्हावे
पाऊस कधी यायचा ठाऊके नाही
वळचणीत थांबुन पागोळ्यांतच न्हावे!

दहनाच्या पूर्वी ध्यान हवे ध्यानात
असिधारा निश्चित कमरेशी म्यानात!

०-०-०

- २८ -

हरिनाम मुखाने गाता ते मनातही जिरवावे
ते मधुर नाम कृष्णाचे पाठी-स्कंधी मिरवावे

श्रीकृष्ण काय श्रीराम काय, फरक त्यात कोणता नाही
हरिकेशवशिव गाताना नारद-तुंबरूंस कळले नाही!

एको देवो केशवो वा शिवो वा हे म्हणणे आहे सोपे
खडकाळी जमिनीत लावता काय ही हिरवी हिरवी रोपे

ते गाणे सोपे वाटे, ते सोपे तर आहेच
भावते गळ्यासही का ते, हे बघायचे आहेच!

अंगणात शुभ समयास वासुदेव गाउन जातो
तो नामगजर श्रवणास सुलभ मार्ग पाहुन येतो

शिव म्हणता म्हणता ध्यानी विठुनाम साजरे येते
ते वारीचे भक्तीचे मुखि नाम लाजरे येते

हरि मुखे म्हणा, हरि सुखे म्हणा, ते गोड गोडसे गावे
जमिनीत जिरे ते आधी, मग कोंबरूप उगवावे!

०-०-०

- २९ -

किती खायचे, काय टाकायचे ते
जिवाच्या करा रे कसे सांगशील?
कळेना तुला जायची वेळ आली
कसे सांगु बाबा, मती मंद झाली!

किती ताटवाटीत येणार आहे,
कितीसे मुखाला तरी लागणार
हिशेबात सांगा कुणी हे धरावे,
कुणाची दुपार कशी भागणार?

निळी नोट ज्यांच्या खिशातून आहे
तिथे काय सांगून जाणार कोण
तिथे झाडपाने, कसे केळपान
तिथे काय सांगाल येणार द्रोण!

किती खाउनी भूक भागेल सांगा
कुठे काय थांबून लावाल रांगा?

०-०-०

- ३० -

सुगंधी सुखाची फुले आणणारा
कुठे केशभार, कशी माळणार
    दुकानात साजून राहोत सारी!

कळ्यांनी फुलांनी सजू देत वेली
कशी पाखरे लांबलांबून येती
    दिशेचे निशेचे नसे भान कोणा

कुठे आजुबाजूस आहेत दारे
कसे स्वप्नसे डोळियांना दिसेना
    कशी काय आशा निराशा कुणाची

कशी बंद दारात येणार दिवली
कुठे चंद्रतारे कुठे सूर्य गेला
    कसा मावळून दिवाही निमावा

सुखाची फुले जेथ उमलावयाची
तिथे केशराची नि कस्तूरराने...
    दुकानात पाहून माघार घ्यावी!

०-०-०

- ३१ -

कधी वाचकाचे असे पत्र येते
मनाला उभारी नव्यानेच देते
नसे ओळखीचा, नसे पाळखीचा
नसे आप्त कोणी, इकडचा तिकडचा

फुका वाटलेली बुके रद्द झाली
कुठे पत्र नाही, कधी फोन नाही
हजारोंत पैका उडाला बुडाला
तरी ग्यान काही मिळालेच नाही!

किती काय कमिट्या कुठे कुठे होत्या
तिथे कोण मलई कशी चापतात...
असे सर्व माहीत साऱ्या जनांस,
तरी का उतारा मिळेना मनास?

खुषीपत्र आता उशीपास घ्यावे
रडावे कधीचे नि डोळे टिपावे...

०-०-०

- ३२ -

तिने बोलताना छळावे पिळावे
कसे चार आसू मुकाटे गिळावे
गिळावे दिसामाजि दो-चार घास!

नसे ज्या कमाई बऱ्या वाइटाची
कशी सोय लागेल नी रात भागेल
नसे पांघराया जुनी गोधडीही!

जुने टाकण्याची बरी हक्कजागा
कुणी सांगतो का, इथे भीक मागा?
जुनासा खटारा खराटीहि तैसा!

तिचे बोलणे सोलणे खूप झाले
रिती पापणी नेत्र ओलावलेले
टिपा फडकुलीने जुन्या आसवांना!

फुका काय तक्रार कोठे करावी
तुम्ही काय झोपाल या कोठडीत...

०-०-०

- ३३ -

दिसामाजि काहीतरी ते लिहावे
कुठे चंद्रतारे नव्याने पहावे
मिळे छान गोठा सुखाने रहावे!

कसे वास तेथे विचारात घेता
गुरे वासरे राहती ना तिथेच
रिकाम्या घरा दार येणार नाही!

कुठे कोण चोरून नेईल काय
निरूपाय त्यांचा, तुझा नाइलाज
असे ओरपून किती ओरपावे?

लिहावे तरी सांगती का समर्थ
कुणी पेन देई, वही कोण देई?

०-०-०

- ३४ -

सुक्या कापडांच्या घड्या घालताना
  दुकानातली शाल का आठवावी?
तिथे जे विकाया असे मांडलेले
  दुरूनीच पाहून आनंद घ्यावा!

तिथे जे मिळे ते, मिळो शेटजींना
  शिधा कालचा हा भटा-भिक्षुकांना
अशी छान पडशी सुखे बाळगावी
  कशी मोट बांधाल भाता-पिठाची?

मुक्याही पशूंना कुणी धान्य घाली
  कुठे गाढवांना जरीच्या पखाली
उन्हाळ्यात देतात रेशीमशाली
  अरे जोगत्यांना कुठे कोण वाली?

घड्या घालताना रुजामे नकोत
मरावे नि शाही सरंजाम घ्यावा...

०-०-०

- ३५ -

सुखाचे वारे येत असताना
दारं बंद करायची नसतात
ते वारं काय काय घेऊन येईल
हे कुणीही सांगू शकणार नाही!

आपलं आयुष्य असं असतं की,
सुख कशाचं मानायचं
दुःख कशासाठी करायचं,
हे नीटसं ठरवता येत नाही!

आपण भाविक असतो वा नसतो
श्रद्धाशीलतेची बेरीज वजाबाकी करता
हातचे घ्यायला हमखास विसरतो
तरी गणित जमतंच असं नाही!

कुठलं वारं कशाचं, कुणी सांगावं
बंद दाराआड उंबरठ्यावर
काय पडतं, काय घडतं
म्हातारीनं धडपडावं आणि
बाळानं मजेत रांगावं!

०-०-०

- ३६ -

कधी कोण जातो, कुणाला कळावे
कुणी प्रेतरूपात कोठे जळावे
कुणी अंथरुणास जावे खिळून
कुणा लेकरांनी मनाला छळावे?

कुणी आज कोणी उद्या जात आहे
जिणे आणि मरणेही जन्मजात आहे
कसा छान आज दिसे चांदराजा
उद्या भास्कराते कसा कोण पाहे?

धडा-मस्तकाचे जसे एक नाते
फुलापाकळ्यांना तृणाचेही पाते
पहाटे पहाटे मिळे कांबळे हे
मनी आठवा श्याम कृष्णा शिवाते!

भुताचे भविष्य कसे सांगणार?
कधी कोण जाईल चर्चा कशाला?

०-०-०

- ३७ -

घरातील सारे तिला का नकोसे?
जगाच्या घरी केरवारा करील
तिथे ती रुजामा असा अंथरील
तिचे बूट चाटेल तो का हवासा?

कुणाला शिरा आणि सांजोरी कोणा
घरातील एका शिळी भाकरी का
चपाती कुणाला, कुणाला परोठा
कसे बोलणार? बरा राख मौना!

असे काय कोणी पुरा भाग्यशाली
मिळे ज्यास फेटा जरीच्या दुशाली
जगाने तिची कीर्त गावी म्हणून
स्वत: पेटवून दिल्या का मशाली?

कधी दांभिकांना स्वत: ओळखेल
कधी वेल कोमेजुनी कोसळेल?

०-०-०

- ३८ -

हरिनाम सप्ताह या देवळात
बरा हा गजर तुझ्या राउळात

अरे जागरा या, खुले चांदरात
मजा और आहे अशा जाग्रणात!

अरे जागवाया भली रात आहे
कसा चंद्रमाहोल बहरात आहे

कुणी टाळ घ्यावा, कुणी घेऊ झांज
हरिनाम साधेच अधरात राहे!

कशी देउळे गात रंगून जाती
कुठे कोण कृष्णा वळू देत वाती

फुलांच्या कमानी, तुकाही विमानी
कसे सानथोर मनातून गाती!

हरी केशवा वा शिवा आठवावे
भले पुण्य बाबा मनी साठवावे!

०-०-०

- ३९ -

हरिरंगाचे लेपन घ्यावे, घरही देवघर व्हावे
भक्तीच्या कुंडलीत अवघे ग्रह येतील स्वभावे

देवघरावर एक सारखी येत राहू दे छाया
सावलीत या फुलून येईल बघ सर्वांची काया

सावलीत रंगावलीत टाका पाउल बिनरंगाचे
बघता बघता पदर यायचे तिथेच हरिरंगाचे

शनिशुक्राते ग्रहवक्राते चंद्र साजुनी येई
भक्तीच्या मापनात लेपन हळुच लाजुनी जाई

सूर्य साजरा चंद्र लाजरा आकाशात फिरेल
मंगळसुद्धा भडकू तडकुन संन्यासात शिरेल

हा संन्यास क्षणाचा, ओझे वाटे मणामणाचे
मग वेष बावळा श्यामसावळा रुप घेईल तृणाचे

बुवा महाराजांचे नसते देवघराशी काम
आपण हरिरुप आठवून जावे आलापित राम!

०-०-०

- ४० -

तुम्ही कुंडली द्या मी देतो हवी तशी जुळवून
वक्री ग्रह सांगाल तसे मी लावितसे पळवून

वज्रलेप का असे कुंडली, का ती भागवि गरजा
गुणाकार का भागाकारहि किती मारती गमजा!

कधी एकल्या घरात गर्दी करून येती ग्रह
इथे सुखाने नांदू आम्ही कडकच हा निग्रह

अशा कुंडल्या जमवून जुळवून जोड्या लावून देऊ
त्याच हिशेबाने अमुचे पैसे ठोकुन घेऊ!

कसे उकळतो पैसे आम्ही खुशाल लोकां सांगा
बघाल अमुच्या दारावरती दाटून येतील रांगा

या रांगांतून रांगत रांगत चालूही लागाल
भविष्यवेत्त्या विद्वानांना दुवा खास मागाल

म्हणून म्हणतो, देऊन टाका कुंडलीच बिनधास
अहो जरासा ग्रहराजांवर ठेवून द्या विश्वास!

०-०-०

- ४१ -

लाज तेवढी सोडा, पुढचे सारे सोपे असते
मासे खाउन उपवासाची टर उडवित जग हसते

भीड लाज या सख्ख्या बहिणी संगे नांदत असती
तिथे छपराखाली एका बघा करूनच वसती

या वसतीची उद्याच होइल वसाहतींची दाटी
किमान एका दारावरती ठोकून लावा पाटी

पाटीवरले नाव उद्यांच्या पिढ्या वाचतील
तेव्हाची पोरेबाळे अन् लेकरे नाचतील

लाज सोडुनी सगळे नाचा, नकाच घेऊ शंका
गट्टूंच्या गर्दीत मारुति जाळित जाइल लंका

राम संपता रावण दानव सगळेही जातील
मातीचे उष्टावण करुनी बारावे खातील!

म्हणून सोडा लाज भीड, या साऱ्या सुखलाटांना
उपवासांना करा वंदना, वंदुना या वाटांना...

०-०-०

- ४२ -

पशूपाखरांचे जया प्रेम वाटे
      जगी वंद्य तो, तो जनांत महात्मा
तया खाद्य देतो, तयां पेज पाणी
      असा तो कृतार्थ, असा तो पितात्मा!

चिऊ काऊला चार दाणे दिल्याने
      खिसा फारसाही रिता होत नाही
कुणी आपल्याला भले थोर मानो
      कुणी निंदितो कोण काही म्हणू दे

कुणी काय बोले तया भान नाही
      नसे त्यास अवमान चिंताही काही
असे प्रेम वाटून आनंद वाटे
      कुणी काय बोलो कुणी काय तोलो

अशी माणसे या जगी नाममात्र
      तयां मृत्तिकेतून सोने मिळावे
तयांच्या करी हा परीस सुखाचा
      खरे शंखधारी भले चक्रधारी!

० - ० - ०

- ४३ -

उद्या रातरी करा खातरी, नाही कातरवेळ
या वेळेतच गंमत आहे, नवा नाचरा खेळ

नियमच नाही या खेळाला हवे तसे चालावे
तिरके चाला वजीर होउन मजेत हे बोलावे

पटावरील या घरात प्यादी त्यांना कोण हसेल
हसेल जो तो बसेल राउत होउन येत असेल

ही प्यादी गाऊन खायची सकाळ संध्याकाळी
हवे तसे तितुके खाउनही पोट दिसेल भकाळी

हीच मौज पोटाची खाउन राजे नव्याने मोजा
हिंदू होउन जेवा अथवा पाळा यवनी रोजा

दिवसभराचा रोजा संध्यासमयाला सोडावा
दिवस मोजुनी घ्यावे सगळे थाळा मग मांडावा

कातरवेळी कंपित होउन रंग नवे बरसावे
दैवही तेव्हा मदत कराया बघा कसे सरसावे!

० - ० - ०

- ४४ -

सूर्यास्त कधी, कधि चंद्रोदय छपरावरती झाला
अमुच्या घरात काळोखाचा चंदाराणा आला

पाउस थेंबांच्या वळचणीला जमलेल्या पागोळ्या
त्यांनी तर सगळ्याच कडांना रेखियल्या रांगोळ्या

रांगोळ्यांचे ठिपके नंतर आठवणी साठवणी
सरेल पाउस तेव्हा जमले तर करू या पाठवणी

सूर्योदय स्वागत करताना कडक ऊन आठवते
ऊन उष्ण ते मग सावलिला निरोपही पाठवते

अशा स्वागता आणि निरोपा उत्तर काय मिळावे
हे आगत स्वागत घरच्यांनी आतून आत गिळावे

चंद्रमौळी झोपडीत सारे सुखात नांदावेत
दिवसा घरात, रात्री निजायला फुटपाथ

छपरावर कौले फुटकी अन् पत्रेही गंजावे
चांद साजरा लाजून मरतो, त्याने काय करावे?

०-०-०

- ४५ -

वनी राम जावा जनी कृष्ण यावा
अरे जाणुनी घ्या खुणा ओळखीच्या
परीसास कोणी कसा लावितो का,
कुणी पेज द्यावी कुणी भात द्यावा!

मिळे भात ज्यांना सुखे जेवतात
शिळी डाळसुद्धा तिथे अमृताची
कुठे द्रोण कोणी कुणा केळपान
अशा मोजदादी कुणी का कराव्या?

अरे जानकीला वनी वल्कलात
मृगात सुवर्ण कसे ते कळेना
तिला भावजींची कळेनाच रेषा
तिचे चित्त एका ठिकाणी ठरेना!

घरी कृष्ण आला तरी राम वाटे
खुणा ओळखीच्या कुणाला दिसाव्या?

०-०-०

- ४६ -

कुणी कर्ण बोलो, कुणी लंबकर्ण
असा नावदेणा वसा घेतलेला
कुटाळांस कोणी कसा टाळ द्यावा
कसा राम त्यांच्या मनी बेतलेला!

असा राम कोणी तथा कृष्ण कोणी
शिवाचा भवाचा असा वारसा तो
तया रुक्मिणी कोण किंवा सुभद्रा
तया जानकी आणि कुंतीही भेटे!

तयां कृष्ण काळा की गोरा कळेना
असा रामरंग खुळ्या डोळियांत
खुळ्यांचे असे वेगळे विश्व आहे
कसे सांगवेना, कुणाशी जुळेना!

असा कर्ण कोणी कसे दान देतो
वसा वारसा हा जगा जाणवेना!

०-०-०

- ४७ -

जिथे थांबलास, तिथे संपलास
कसा कोणत्या कारणे रंगलास?
घरी त्या सुखाने भुका भागवाव्या
कशाला मिठी घालशी जंगलास?

पशू नि शिकारी असे जंगलात
किती वृक्षवेली तिथे भेटतात
कधी वाघ बिबळा कसा ये समोर
कुठे रात वाटे, कुठे स्वच्छ भोर!

अशी जंगले रंगती मानसात
जया राहणे शक्य ना माणसांत
विरक्तांनी साधूंनी तेथे रमावे
खुळ्या येडप्यांनी मिळूनी जमावे

म्हणूनीच कोणी असे सांगतात
रमावे तिथे... मागण्या भागतात
घरा-छप्पराला कुणी छेद द्यावा
कुणी मनगटाचा फुका घेत चावा!

अरे थांबताना करावा विचार
कसे संपताना कुठे जायचे ते...

०-०-०

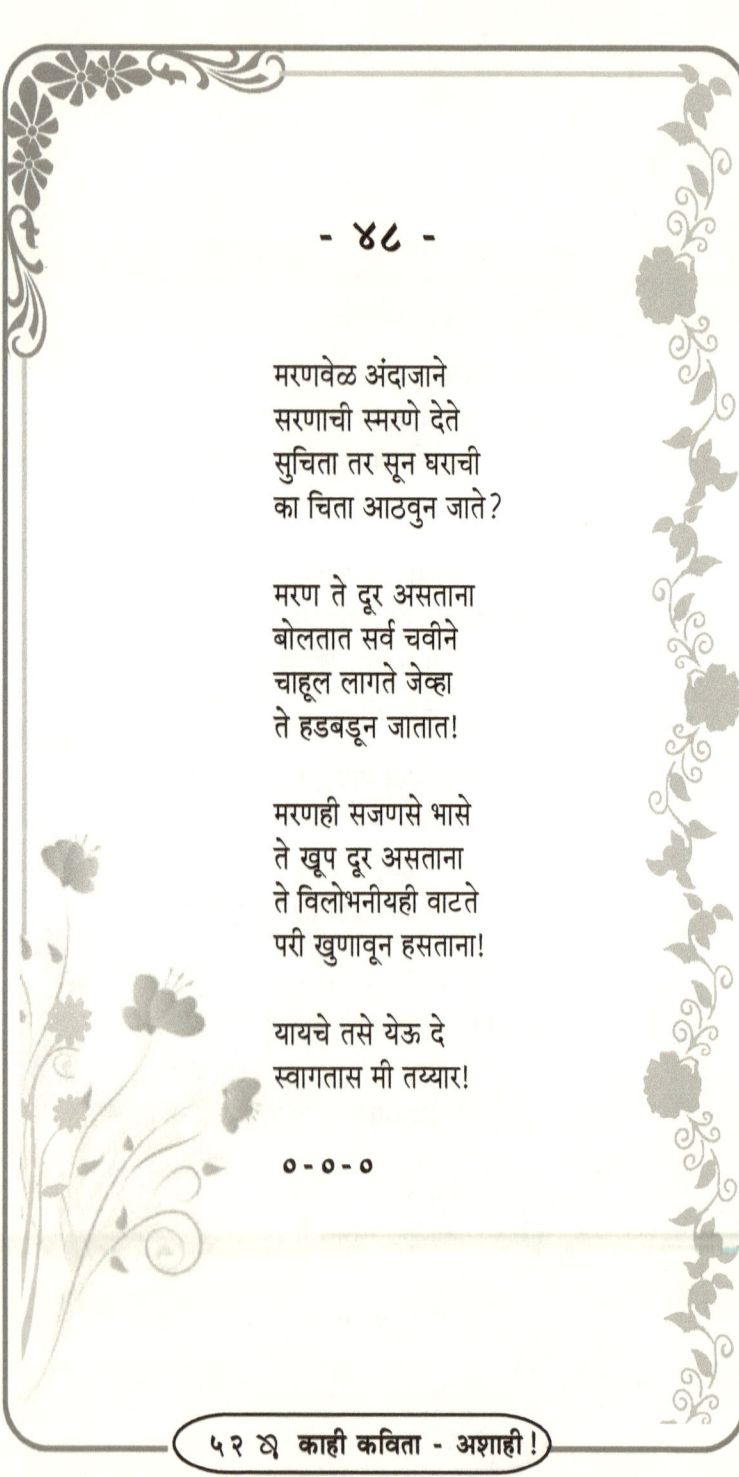

- ४८ -

मरणवेळ अंदाजाने
सरणाची स्मरणे देते
सुचिता तर सून घराची
का चिता आठवुन जाते?

मरण ते दूर असताना
बोलतात सर्व चवीने
चाहूल लागते जेव्हा
ते हडबडून जातात!

मरणही सजणसे भासे
ते खूप दूर असताना
ते विलोभनीयही वाटते
परी खुणावून हसताना!

यायचे तसे येऊ दे
स्वागतास मी तय्यार!

०-०-०

- ४९ -

भांबावून जाता जेव्हा
तेव्हा देवास स्मरून
सुकृत सारे विसरून
  'तो' दिसेल तेथ बघावा!

वारीस असे जाताना
ते नाम मधुर गाताना
तो ताप काय टिकाणार
  हितकारक ते शिकणार!

ग-म-भ-न ते आधी शिकून
श्री गणेश मग गिरवावा
रूप ते मनात भरून
  जयकार जनीं मिरवावा!

मग भांबावून जाण्याचे
क्षण सगळे विसरून जाल...

० - ० - ०

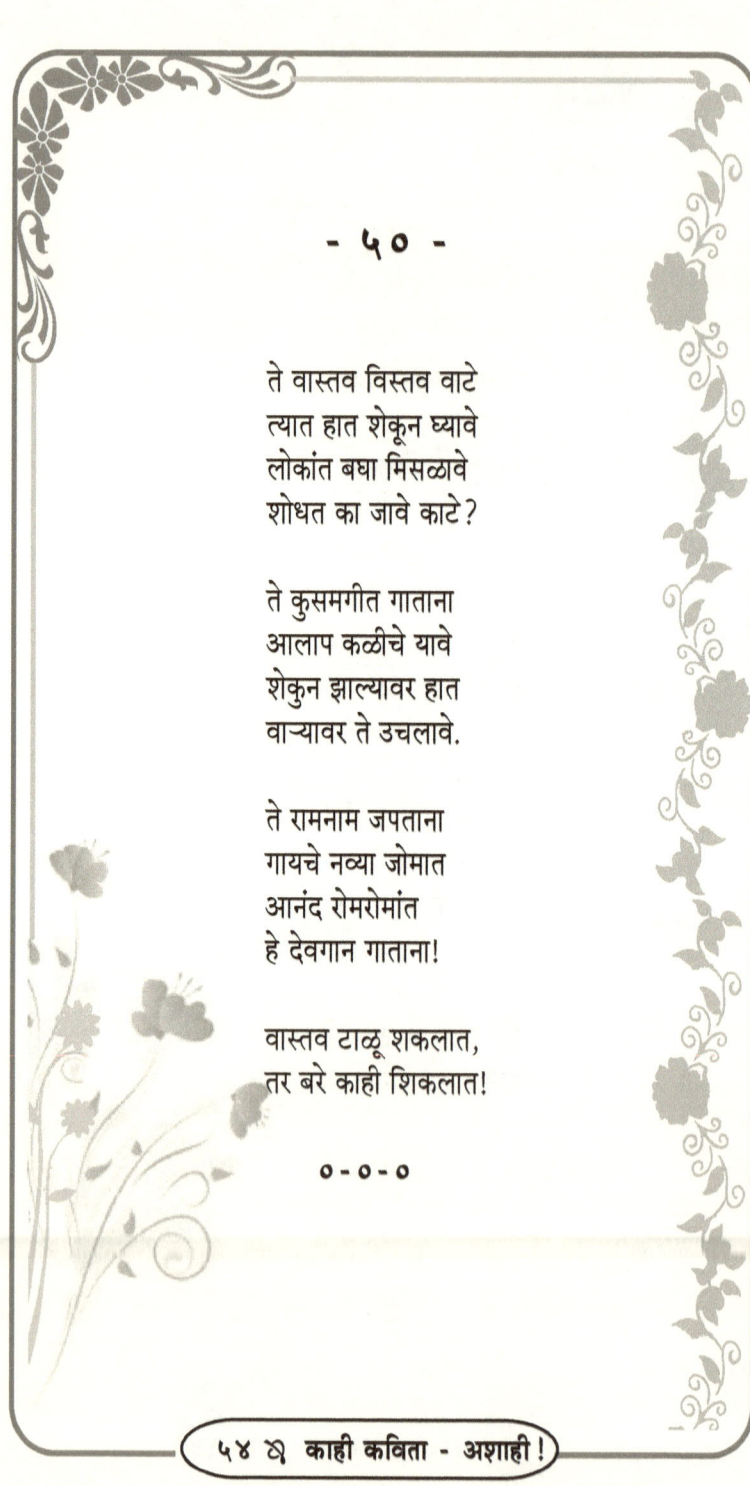

- ५० -

ते वास्तव विस्तव वाटे
त्यात हात शेकून घ्यावे
लोकांत बघा मिसळावे
शोधत का जावे काटे?

ते कुसमगीत गाताना
आलाप कळीचे यावे
शेकुन झाल्यावर हात
वाऱ्यावर ते उचलावे.

ते रामनाम जपताना
गायचे नव्या जोमात
आनंद रोमरोमांत
हे देवगान गाताना!

वास्तव टाळू शकलात,
तर बरे काही शिकलात!

०-०-०

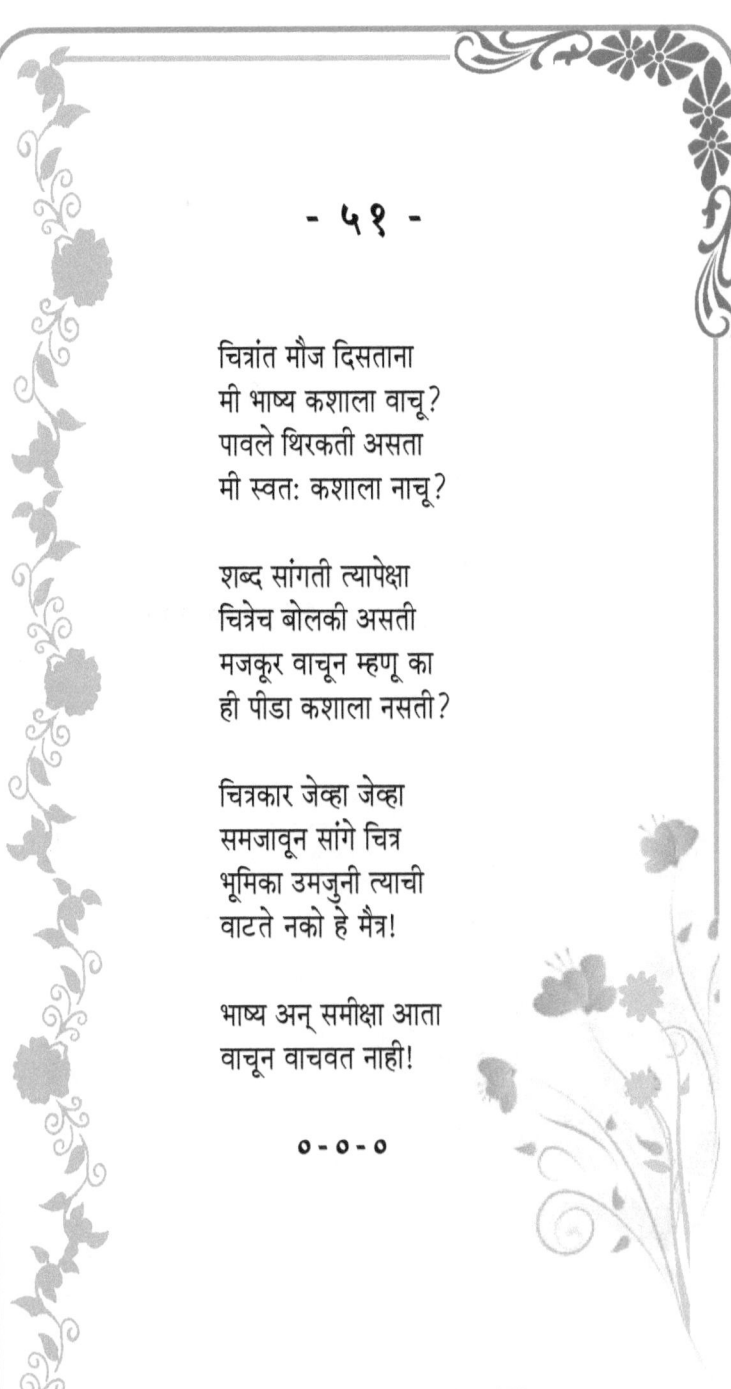

- ५१ -

चित्रांत मौज दिसताना
मी भाष्य कशाला वाचू?
पावले थिरकती असता
मी स्वत: कशाला नाचू?

शब्द सांगती त्यापेक्षा
चित्रेच बोलकी असती
मजकूर वाचून म्हणू का
ही पीडा कशाला नसती?

चित्रकार जेव्हा जेव्हा
समजावून सांगे चित्र
भूमिका उमजुनी त्याची
वाटते नको हे मैत्र!

भाष्य अन् समीक्षा आता
वाचून वाचवत नाही!

०-०-०

- ५२ -

विठुनामाच्या गजरासंगे जाताना वारीला
काळ्याचे रूपडे मनात ठेवा काहीही गाताना
घरचे विसरून या सारे
ठेवा ते दूर पसारे!

भिवरातीरी विटेवरी तो देव थांबला आहे
कसा कोणता अभंग घ्यावा आणिक नाम स्मरावे?
तो रंग जाल विसरून
येता काळीज भरून!

तो कर्नाटकु विठ्ठलू
बोलेल बघा गुलुगुलू
बोली त्याची समजून घ्या,
उमजेल तेच उमगून घ्या!

आठवेल बघ विठुराया
बळ येईल तेव्हा पाया!

०-०-०

- ५३ -

जायचे कुठे ते सांगा
मी मार्ग बरा सांगेन
मग खुशाल विश्वासाने
जा टाकत हलक्या टांगा
पण विचारता कोणाला
हे विचारात आधी घ्या...
सांगतो खरे स्नेही तो
लक्षात एवढे असु द्या!
पायथा काय माथाही
सोयीचे दोन्ही असती
पावले कशी टाकावी
समजले कि लोकही हसती
जायचे स्थान ठरवावे
उचलावा नंतर पाय
उदरात काय जिरवावे
हा शेवटचाच उपाय!
मग हिमगिरिसुद्धा सोपा
शांततेत पाउल टाका
का प्रसंग येइल बाका,
राखाच तरी एकोपा
मग कळस बघा लांबून
तो विठ्ठल येत समोरा...

० - ० - ०

- ५४ -

गजर वाजून थांबला इथे केव्हा
निजेतूनही नाही उठायास राजी
पहाटे उठून फिरायास जावे
कधी तालमीला मनी येइ तेव्हा!

गजर वाजतो लावशी तू म्हणून
मनी एक वाजे निराळीच धून!
प्रभूनाम घ्यावे सकाळी सकाळी
असे कोरलेले कुणी काय भाळी?

विठूचा गजर जिथे रोज होतो
तिथे ते हजेरी कशी लावतात
कुणी काय लोटांगणांनी सकाळ
कशी देख सत्कारणी लावतात!

इथे हा गजर, तिथे तो गजर
तुला जेथ जाणे, तिथे हो हजर
घरी काय सल्ला मिळावा, मिळेल
तिथे तूच राजा, तिथे तू वजीर!

जगाचे तुझे काय नाते जुळेल?
तुला शाप वरदान केव्हा मिळेल?
बघा दारची बेल वाजून गेली
दिशा चारही या उजेडात आल्या
कुठे झाड लाव, कुठे लाव वेली...

०-०-०

- ५५ -

कधी स्नान बुडते कसे विस्मरून
कधी आळसाने अधून-मधून
नळाच्या जळाने कसे स्वच्छ व्हावे
कुणा ते कळावे, कुणा ना कळावे!

जयांना तशी स्नानजागाच नाही
नहाणे धुणेही कुठेही करावे
अशी कापडे कायशी स्वच्छ होती
कशाला फुके काळजीने मरावे?

अरे न्हाऊनी स्वच्छ झालो न झालो
कुणा काय वाटे, कुणी काय बोलो
कुठे काय खावे, कसे दाम द्यावे

खुळ्या तू गुलामी किती सोसणार
कुणी थेरड्याला फुका पोसणार
अशी रोजची काय चिंता करावी?
भुकेला तसा या कसा मारणार?

असे प्रश्न वेड्या कशाला करावे
नळाच्या जळाला खुळा का सवाल

०-०-०

- ५६ -

असा रानवारा पहाटे पहाटे
पुरे झोप झाली, बरी जाग आली
चिऊगीतसुद्धा कुहूगीत वाटे
कशी नीज सांगा निमाली निमाली!

मधे दार आले कडी काढ आधी
इथे झाडू घेऊन लोटून घेतो
खळ्यातील वृंदावनाच्या समोर
कसा थोर होऊन जाईल पोर!

तिथे कोपऱ्याला अबोली दिसावी
तिचे मुग्ध बोल भरावेत कानी
तिचे मोकळे गान कानांत यावे
तिची गंधगाणी मनालाही द्यावी!

असा रानवारा, असा छान वारा
पहाटेस तो गानवारा झुलावा!

०-०-०

- ५७ -

कुठे कोणी जावे, कसे कोणी यावे
हवे ज्यास त्याने कसेही करावे
कुणीही कुणाला किती सांगुनिया
म्हणू दे कुणाला कुणी आगलावे!

परीक्षांत त्यांना किती प्रश्न आले
कुठे दार त्यांना कसे बंद झाले?
उठाठेव त्याची तुम्हाला कशाला...
तुम्हा जे रुचे ते, तुम्ही घ्या उशाला!

कुणी दे जिव्हाळा, कुणी राग देतो
कुणी द्वेष देतो, कुणी टांग देतो
कुणी लांब नेतो, कुणी बेत सांगे
कुणी जे नको, तेही लावील रांगे!

कुणी का घरी कोणत्या दीप लावा
कुणी पेटवावा, कुणी शांतवावा...

०-०-०

- ५८ -

कशी राक्षसी माणसे या जगात
घरा जंगलाचे कसे रूप देती
कसे साप यांचे, कसे दंश घेती
तरी चालते राज्य यांचे घरात!

पित्याच्या पुढे जोडपे एक आहे,
तयाला मुळी ते विचारीत नाही
तुला भीक मागायला लावु आम्ही
कटोरा तुझ्या हाती येईल पाही!

तुझे नाव टाकू पुसून इथून
भिका कोण देते बघेन बघेन
इथे प्राण आता कसा सोडशील?
मजेने बघेन, हसेन हसेन!

असे राक्षसांचे कसे राज्य आता,
तिथे टेकणार कसा कोण माथा?
अशा जंगलाचे, अशा मंगलांचे
बुवाच्या रूपाने पशूराज्य येता!

कशा बेरजा, हे वजा टाकतात...
तरी तोरणांनी सजे दार यांचे!

०-०-०

- ५९ -

किती आपदा येत होत्या तरीही
तिचा चेहरा हासरा राहिला
कधी झाड गेले, कधी वेल मेली
तरी फूल हे बावलेसे दिसेना!

निसर्गातही हे चमत्कार होती
असे कोण कोणास सांगू शकेल?
नफा फायदा द्या, असा वायदा हा
असे सांगता कोण आत्मा विकेल?

नसे डाळ तांदूळ ज्यांच्या घरात
कुणी काय रांधून वाढेल बोल
अशा सुगरणी काय येता भरात
किती काम केले, कसे द्याल मोल?

कुंती हवी आपदा सोसण्यास
हसे का रडे ती, कुणा काय चिंता?

०-०-०

- ६० -

हरिण सोन्याचे आज दिसत नाही
लक्ष्मणाची रेषाही कुठे आहे
बदलता जमाना, बदलत जाते सारे
तो राम कुठे, जानकीहि आता नाही!

त्या अवतारांच्या मौजा
मोजदाद त्यांची आज -
करू नये हेच हितकारी
तर राहिल काही लाज!

ती कांचनक्रीडा सारी
लंकेतच शोभत होती
तो दशमुखही तिथलाच
पोचला तेथ मारोती!

शूर्पणखा बिभीषण विदुरा
गोष्टीत आज वाचावे
विसरून व्यथा काळाच्या
पळभर आपण नाचावे!

सोन्याच्या गोष्टी सोन्याच्या लंकेत
आपल्या घरात रहावे, एवढा पुरे संकेत...

०-०-०

- ६१ -

कसे रंग घेऊन येते दिवाळी
अमूशा सकाळी लिही काय भाळी
किती तेल लावा किती अंग चोळा
असे ही दिवाळी नसे बाळ होळी!

दिवाळीत होळीत येतात रंग
कसे काय येतात केव्हा प्रसंग
किती छान ल्यावे किती गोड खावे
दमावे कसे सांजवेळी निजावे!

कशी तोरणे कालची बावलेली
फुले कोण तोडी, पुन्हा लाव वेली
सकाळी सकाळी कसे दार लावू
कुठे पाहुणा मेहुणा, कोण भाऊ

दिवाळीत दारात रंगावलीची
दिसे सावली छानश्या भावलीची!

०-०-०

- ६२ -

कडी आतली काढताना खुळीला
नसे ठाउकी कोण बाहेर आहे
कशी सासुऱ्याची किती भीती आहे
फुलांचे कुठे काय काटे कळीला...?

कसे दार लोटून घ्यावे लगेच
कुठे वार कोणी, कुणाचाही पेच
असे काय बाहेर माहेर आहे
कुणी या खुळीला कसे बाहताहे...

खुळ्यांच्या जगाला खुळी काय स्वप्ने
कुणी आणतील कुठे काय विघ्ने
तुम्हां वाचवील कसा राम कृष्ण...
कुठे काय थंड, कुठे काय उष्ण...?

कडी काढताना शिडी ओढताना
मनाला पुसावे कुठे काय आहे...

०-०-०

- ६३ -

कुठे काय बोलून उपयोग काय
विचारून द्यावे मनाला पुरेसे
मना वाटते जे पुरेसे खरेसे
मनाला विचारा जरास जरासे!

तसे साह्य देवासही लागतेच
मनाला तयाचा किती काय पेच
कुणी मुक्त केले कुणाला लगेच
कुणी ते उभेसे बघायास तेच!

उपयोग काय उपयोगी
हे म्हणाले विनोबा भावे
ते परम पूज्य अन् योगी
सगळ्याच जनां हे ठावे!

ते शब्द विनोबाजींचे
ठसलेले सकल मनांत
ती रात नव्हेच, दिनान्त
समजा निश्चित नि निवांत.

म्हणूनीच काय बोलावे
समजून दार उघडावे...

०-०-०

- ६४ -

अलीकडे अनेकांच्या तोंडी
इंग्रेजी शब्द असतात
ताटात तोंडीलावणी असतात तसे
मालकिणीपासनं मोलकरणीपर्यंत
ती इंग्रेजी खिरापत वाढली जाते

मग माझ्या मराठीच्या अभिमानाचे काय
त्याचे लोणचे घालू की मोरावळा?
त्याला बगळा म्हणू की कावळा?
अभिमान सोडूनी द्यावा,
मग जगायचे तरी काय?

मना माझिया साद देते मराठी
दिसे तेवढा श्वास माझ्या उराशी
उगा खंत वाटे जराशी जराशी
मराठीस विसरून यांनी जगावे
कुठे काय बोली, कुठे काय गावे?

नको ना मराठी तरी मौन पाळा
नका माय विसरू, नको हात भाळा...

०-०-०

- ६५ -

शिवबांचे अष्टप्रधान मंडळ
त्यातून आली कॅबिनेट रचना
तेव्हाच्या भ्रष्टाचाऱ्यांना
केली त्यांनी जरी याचना
शिवबांपाशी नसे दया, आपुलकी!

वरकरणी ते यवन विरोधी
पण गुणवंतांना नेमणूक देताना
तो विरोध सारा मावळून गेलेला!

अपराधांच्या संदर्भात
ते माया विसरून जात
मग सुभेदार सूनबाई
सन्मान घेऊनी जाई

शंभूराजांनाही दूर ठेविले होते
ते आधी राजे, नंतर होते तात
राज्याची चिंता करता
नातेही नव्हते अथवा नव्हती जात!

गुणपुतळा तो आदर्श
राहिला शेकडो वर्षे...!

०-०-०

- ६६ -

जे हितकारक ते उपकारक असतेच असे नाही,
म्हणून म्हाताऱ्यांनी तरुणां सल्ला देऊ नयेच
जे एकाला आवडेल, ते दुसऱ्या चालत नाही
या परीस तू गप्प रहावे, त्यांच्या नि तुझ्याहि हिताचे.

पतीस सांगा डोहळे, पण नणंद आधी टाळा
जावा, वहिनी, सासू यांच्या नका चालवू शाळा
आंबट रुचते या काळातच, पण मागाया जाल
सगळ्या सगळ्या खाण्याचा मग येईल बघ कंटाळा!

हित कशात अपुले आहे
ते आपणास ठाउक असते
दुसरीचा तिसरा सल्ला
ते ऐकायाचे नसते!

उपकार कुणाचे कोणी,
का घ्यावे माथ्यावरती
आपल्या शिळ्या पावाला
का लावा ताजे लोणी?

०-०-०

- ६७ -

दिसे चंद्र कोणा बिछान्यावरून
मजेने पहा राहतात पडून
इथे कौल नाही तिथे तेच आहे
नसे काळजी त्यांस, बरे तेच आहे!

मला वाटते मी खुळा फार होतो
अशा चंद्रमौळी घरांच्या स्थितीने
तिथे राहणारे सुखाने जगून
जणू सांगती जे मिळे तेच घेतो!

कुणा काय वाटे कशाला बघावे
मिळे फाटके ते तसे पांघरावे
कुणी झोपतात गटाराकडेला
म्हणुनि कुणी काय कीटक बनावे?

चंद्रसूर्य आम्हां समानसे दोन्ही
असे काळजी फक्त खाण्यापिण्याची...

० - ० - ०

- ६८ -

शिळे राहिलेले भुकेल्यास द्यावे
नमस्कार त्याचे मनी साठवावे
अशी वेळ कोणा कधीही न यावी
प्रभूची कृपा या कृपाळास द्यावी!

असे मुक्त भांडार ज्यांच्या घरात
तिथे रोजच्या रोज काही रहाते
भिका मागत्याची प्रतीक्षा करून
तिथे आई-माई मजेने पहाते!

भुकेल्या जनांची इथे सोय व्हावी
म्हणून घरे नांदती ही रहावी
शिळ्या इथे काय तोटा असेल
इथे माऊलीही सुखाने हसेल!

अरे ए भुकेल्या, इथे रोज यावे
तुला काहीबाही मिळेल मिळेल
तुला दार येथे फळेल फळेल
कसे देव देतो तुला हे स्वभावे!

तुम्ही दैवतांची कृपा मागताना
घरी एक पोळी उरे हे बघावे!

०-०-०

- ६९ -

शिवा केशवा माधवा साद वदनी
तसा निर्मळा मोद नांदेल सदनी

जसे पंचपक्वान्न सजवीत ताटा
तशी गोड नामे भिजवीत ओठा

असा गोडवा का मधु मोद देतो
असा पाडवा काय दररोज येतो?

अशी गोड नावे स्वत:च्या स्वभावे
निसर्गास स्वर्गास नेता निभावे

निराळा कुणी आगळा देव नाही
मिटा पापण्या आतले आत पाही

विठूनाम द्यावे अशा दैवतांना
तसे गोड आलाप अन् बोलताना

जशी माय आहे तशी अंबिका ही
तिचे रूपरंग मनातून राही!

०-०-०

- ७० -

तुझे चक्र कृष्णा कसे थांबलेले
दशेच्या दिशा कोण सांगेल सांग
कुठे काय वाराणसी रंगलेली
कसे आज बडवे असे लांब गेले?

कसा देव सांभाळतो या दलालां
कळेना शिवाला, कळेना विठूला
तुझी सत्यभामा कुणाच्याही दारी
फुला-तोरणांचा कसा नाश केला!

तुंवा द्रौपदी आणि कुंतीस जेव्हा
दिला धीर त्यांना हवा त्या ठिकाणी
कशी नावशी नाम रंगात येते
जिथे आपदा तू तिथे धावतोस!

तुझ्या कृष्णलीला अशाही तशाही
दशा अवदशा तूच सांगून जाशी

०-०-०

- ७१ -

जी जाता जात नाही ती जात
गोते खायला लावतं ते नातंगोतं
अधर्माचरणाचे धडे देतो तो धर्म...
भरकटायला, भटकायला शिकवतो तो पंथ

दांडीच्या टोकास लटकून राहतो तो ध्वज
पातके करूनही फडकत राहाते ती पताका
पांथस्थाला घरात घुसण्याचं दार देतो तो पंथ
तिथी न सांभाळता कधीही उगवतो तो अतिथी!

या सगळ्या व्याख्या बदलताहेत की
मीच बदलतोय, रद्दबातल ठरतोय
नवे अर्थ बघतोय की अनर्थ पाहातोय
म्हणतोय मंथरेलाही जानकी

जात जात नाही, न जाऊ दे...
गोते खाऊनही सांभाळावं नातंगोतं!

०-०-०

- ७२ -

बलात्कार हा चमत्कारसा दावितसे चिमण्यांना
विवाहितेला, विधवेलाही, रुमण्यांना, टुमण्यांना

दिल्ली सामूहिक प्रकरणी गदारोळ उठलेला
जनतेच्या रोषाचा व्यापक उद्रेकही फुटलेला

केंद्रामध्ये, राज्यांमध्ये विनयभंग होतात
किती बावऱ्या सुना मुलीही बळी त्यात जातात

बलात्कार करणाऱ्यांना कटु मृत्युदंड देताना
सुमने जी कुस्करली गेली भरपाई करताना

पैसे देऊन काम भागते विचार हा खुळचट
न्याय काय तो व्हावा पटकन विद्रोही सावट

ज्यांचे गेले त्यांसच कळते काय गमविले त्यांनी
उपदेशाचे फुकटे सल्ले अनुभवलेच घरांनी

द्या फाशी जाऊ दे सुळावर वा तोफेच्या तोंडी
किंवा हत्तीच्या पायाशी होऊ द्या पासोडी!

०-०-०

- ७३ -

जिथे थांबलास, तिथे संपलास
कसा कोणत्या कारणे रंगलास?
घरी त्या सुखाने भुका भागवाव्या,
कशाला मिठी घालशी जंगलास?

पशू नि शिकारी असे जंगलात
किती वृक्षवेली तिथे भेटतात...
कधी वाघ बिबळा कसा ये समोर
कुठे रात वाटे, कुठे स्वच्छ भोर!

अशी जंगले रंगती मानसात
जयां राहणे शक्य ना माणसांत
विरक्तांनि साधूंनि तेथे रमावे,
खुळ्या येडप्यांनी मिळूनी जमावे!

म्हणूनीच कोणी असे सांगतात
रमावे तिथे--- मागण्या भागतात
घरा-छप्पराला कुणी छेद द्यावा,
कुणी मनगटाचा फुका घेत चावा!

अरे थांबताना करावा विचार
कसे संपताना कुठे जायचे ते...

०-०-०

- ७४ -

देवकीस झाला कान्हा,
तो उरात फुटला पान्हा...
कंसाच्या कारागारी
ती जपत राहिली तान्हा!

कंसाची भीषण कैद
तिज झालेली फुलबाग,
मग त्याच्यावरला राग
राहिला मनातच बंद!

वसुदेव संगती होता,
वासुदेव त्या सोबत हा
आठवे कृष्ण संतान...
ती सात बालके सरता!

हृदयात सात बाळांच्या
किंकाळ्या छळतच होत्या...
पाऊलवाटा जाता जाता
अश्रूंनी छळतच होत्या!

उदरात काल जे होते,
ते उरात आज फुलून...
कान्ह्याच्या कृष्णकृपेने
ते मनात रोज झुलून!

तो कान्हा आणिक तान्हा
हा जपत राहिले पान्हा...

०-०-०

- ७५ -

असे ध्यान घ्या रे! असे छान गा रे!
विठुगान गा रे! विठुगान गा रे!

ते कुणास नाही कळले तरि चालेल,
तो मुका कायसा विठूस हे बोलेल...
तो रांगेतून पंढरीलाही जाताना,
कळसास पाहुनी दुरूनसा डोलेल!

ते असे आयते कसे काय ते गावे,
जागून तसे का अथवा स्वस्थ निजावे?
पाऊस पडतो की नाही बघावे...
जे जाईल अंगावरूनी त्यात भिजावे!

विठुनामाची ही ओळख छान जुनीच
ते ध्यान गायचे आळवीत, ते गा रे!

० - ० - ०

- ७६ -

शाळकरी माळकरी हे
वारीला का येतात
लोटांगण घाला समजे
भ्रम संभ्रमात जातात

वारीला कोण कुठून
येतात दुरून दुरून
काळ्याला बघण्यापुरते
भान अन्य त्यांना नसते

त्या पावलांवरी ते जेव्हा
मस्तके टेकुनी येती
घरदार खुळे विसरून
विठ्ठला पावना बघती

ती माळ उगाच गळ्यात
विठ्ठल घरच्याच खळ्यात...

०-०-०

- ७७ -

दिसतोच कुणी येताना
वा दूर येथुनी जाता
मी पहाटेस उठताना
हरिनाम रोजचे गाता

ते सुलभ नाम ओठांना
गारवा नव्याने देते
मज देवघराशी नेते
कर छान कसे जुळताना

मी भाविक आहे, नाही
सांगता येत नाही हे
देवाच्या दारापाशी
मी वाट कुणाची पाहे?

देवळात जातो तेव्हा
बाहेर बाक असतात
बहुत लोकही बसतात
मी एक त्यांतला होतो!

गप्पा ऐकून - लोकांचे
ध्यानात नवेसे येते
मन होत असे श्रीमंत
जुळतेहि नव्याने नाते!

मज विस्मय याचा वाटे
हरिनाम रोज घेताना...

०-०-०

- ७८ -

करकरले मधले दार
आजीस जाग आली का
कोंबडा कुठे आरवला
तरि पहाट ती झाली का

आरवेल कोंबा म्हणुनी
आडेली झोपत नसते
ती भिणभिणताना उठते
सोमेश्वरबापा स्मरुनी

वाजतो नगारा पहिला
अडसर निघती कुरकुरुनी
होले निसणीवर घुमती
स्वर येती मधुर दुरुनी

लक्ष्मीची घागर पहिली
हे खळे भिजवुनी जाते
त्या समाधिच्या दारात
उजळते छानशी दिवली

आजीला भाग्या देते
ऊन ऊन कोप चहाचा
वसरीत मशेरी घेते
घेत अदमास जगाचा

करकरते दार जरासे
सगळेच उठुन येतात
ओटीवर टेकून नीट
मिळते जे ते घेतात
ती पहाट सुंदर होते...

०-०-०

- ७९ -

सटवी का केव्हा नटवी होउन येते
टिटवी का केव्हा पानांतून चमचमते
त्या विलायती कुसुमांची सुंदरताही
गावठी फुलांच्या श्वासातुन घमघमते

ती फुले तुझ्या मेजावर होतिल शोभा
जाते-येतेही बघतिल ना कुतुकाने
वा हसतिल हेटाळ्याने
कळतिल का त्यांना फुले आणखी पाने?

फुल नाही समजत, पान कसे समजेल
त्या खुळ्या मनातुन माळी काय सजवेल
त्या इलायती सुमनांचा तो निर्गंध
त्यांचिया मनी तो क्षणभर तरी उमजेल!

सटवी का सारे लिहून गेली होती
कळतात तिला का मनुज-फुलांची नाती?

०-०-०

- ८० -

निजायचे तर खुशाल यावे,
बघून अंथरुण पद पसरावे
उशीवरी मस्तक टेकावे,
पांघरूण पण फेकुन द्यावे

थंडी वाढत वाढत आहे
बंडी छातीला खुपताहे
पहाट होता उठायचे तर
मनी गजरसा रुणझुणताहे!

सकाळची फिरण्याची फेरी
नकार घंटा घणघणताहे
स्वप्ने बघता रात संपली
पणती उदास मिणमिणताहे!

स्वप्न खरे की खोटे ठरवा
आशाघास मनाला भरवा
निजताना एकाच कुशीला
आनंदाने उशीस भिजवा

डोक्यामधले विचार चिल्लर
हवेत आता सोडुन द्यावे...

०-०-०

- ८१ -

किति क्लास नव्याने निघती जागोजागी
लाखालाखाची जाहिरात ते करती
विजयाचे घोडे बांधून पागोपागी
ते घरे स्वत:ची अर्थपूर्णशी भरती!

रे लगाम त्यांना सांग कुणी लावावा
गोठ्यात कोणत्या सांग कुणी बांधावे
भरतात खिसे जे त्यांचे हात धरून
तू सांग लाडक्या, सांग कुठे नांदावे

तुज सासर नाही माहेरहि गेलेले
पति नाही जवळी प्रियकरसुद्धा नाही
तुज पुण्य पारखे, पाप कुठे गेलेले
नाहीच स्वर्ग अन् नरकहि दिसणे नाही!

क्लासात कोणत्या संगत काय मिळेल
जाहिरात कुठली काही सांगत नाही...

०-०-०

- ८२ -

तिच्या आसवां मोल द्राक्षासवाचे
तिचा राग-रुसवा मनी वागवावा
तिच्या गायनी सूर देवादिकांचे
तुझा रंग तू त्यांतुनी भागवावा.

तिचे सांगणे गागणे लाखमोल
तिचे वागणे तू कसे सोसशील
तिचे लाजणे तू कसे पोसशील
तिच्या विभ्रमांना कसे साहशील

तिच्या विभ्रमांचे, तिच्या संभ्रमांचे...
नवे गीत तू घे, नवा अर्थठेवा
तिच्या आकृतीचे तिच्या प्रकृतीचे
तुला वाटतो भाव त्यातून घ्यावा!

तिच्या लोचनींची खुळी स्वप्नमाला
तुझ्या गायनी अश्विनी आरती वा
तिचे सूर सारे तिच्या दौलतीला
कसे मोल द्यावे, कळे काय देवा?

तिच्या आसवांनी तुझ्या पापणीला
कशी ओल यावी कसे मोल द्यावे?

० - ० - ०

- ८३ -

तुझ्याही घरी वाजते लग्नगाणे
कुठे रंगते मेंदी, दारी उखाणे
कसे मुष्किलीने नवे शब्द येती
कुणी ठुंबरी गात, कोणी तराणे!

अशा गायनी अर्थ शोधा कशाला
शुभा-मंगलाची किती गोड गाणी
तिची माय डोळ्यांत आणून पाणी
कशा कोरड्या शालु-शेले-दुशाला!

तू निरर्थकाची गाणी गाशी कशाला
निजताना निश्चिंत डोके लाव उशाला
मग अहेर-रुखवत-घोडा आणि वरात
हा खर्च थोरला झेपे काय खिशाला?

लग्नाची गाणी लाजत गाजत गावी
हळदीच्या संगत मेंदीही रंगावी!

०-०-०

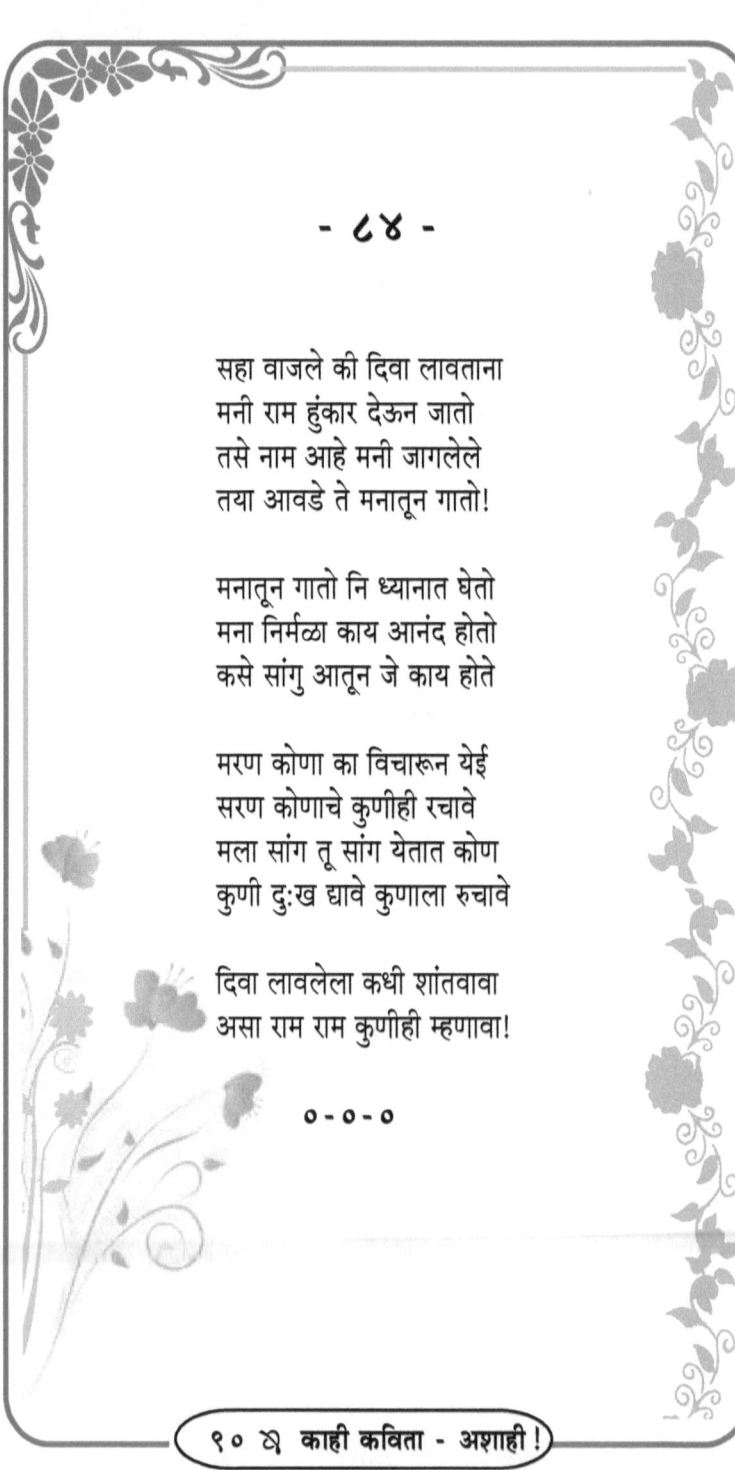

- ८४ -

सहा वाजले की दिवा लावताना
मनी राम हुंकार देऊन जातो
तसे नाम आहे मनी जागलेले
तया आवडे ते मनातून गातो!

मनातून गातो नि ध्यानात घेतो
मना निर्मळा काय आनंद होतो
कसे सांगु आतून जे काय होते

मरण कोणा का विचारून येई
सरण कोणाचे कुणीही रचावे
मला सांग तू सांग येतात कोण
कुणी दु:ख द्यावे कुणाला रुचावे

दिवा लावलेला कधी शांतवावा
असा राम राम कुणीही म्हणावा!

०-०-०

- ८५ -

आबा बाप्पा, बाबा आप्पा
यांचा जमाना निराळा होता, पुराणा होता
हे नव्यांना सांगूनही त्यांना ते पटायचं नाही.

दोन आणे शेर निर्भेळ दुधाचा तो काळ
पंचवीस रुपये लिटर घेणाऱ्यांना कसा कळणार?
एक पैचे चणे कुरमुरे
दहा जणांना पुरत हे त्यांना
खरं कसं वाटणार?

नुसतं ड्रेसिंग करायला
तीस रुपये टिकवावे लागतात
त्यांना एका आण्यात दाढी-केशकर्तन
भागायचं हे कुणी सांगायचं?

तेव्हा खर्च कमी असायचा
कमाई शंभर रुपयेही नसायची
तरी त्यातूनही तेव्हाची माणसं
गावाकडे पाचपंचवीस रुपये धाडायची
हे आज पन्नास हजारांतही
भागवू न शकणाऱ्या शहरी सज्जनांना
कसं समजायचं?

जाऊ द्या झालं
असं म्हणावं नि
न कण्हता चूप बसावं
हे बरं!

०-०-०

- ८६ -

आंथरून चटई झोपावे पडवीत
हे लाल आलवण रोज तिला शिकवीत
जाळून सुखाची स्वप्ने अलगद सारी
आसवे कोरड्या ओठांशी दडवीत ।

अश्रूंना आता अर्थ काय उरलेला
तुजहाती प्याला रिक्त, कुठे भरलेला
पदरात दान टाकुन गेलेली सटवी...
तिज शिव्या घालुनी मार मिठी अवसेला!

अवसे-पुनवेला अर्थच आता काय
त्या तुझ्या भुकेला देईल दैव पसाय
ते दान ओंजळित झोळीतहि ते येते
आपुले रडे गिळणे हा एक उपाय!

सुखसाठे सारे पडवीतच ठेवून
'त्या' निमंत्रणाची वाट पहात राहावी!

०-०-०

- ८७ -

तू सासरच्या कुतुकाची गाशिल गाणी
त्याने का बाळे सुख येई पदरात
तू घेशिल भरुनी माप तसे उदरात
मग माय तुझी गाईल सुखाची गाणी!

त्या गाण्यांमधले शब्द साठवून सारे
तू बाळ सुखाचे रंगत गावे गाणे
ओल्या डोळ्यांना ते मायेचे वारे
त्यानेच व्हायचे पहिले मोहनन्हाणे!

मोहना साहिना हा आनंद तुला ग
जीवनात येते वळण असे बेलाग
ही वळणे बाळे नागमोड घेऊन
दाविती सुखाची स्वप्ने आणि तरंग!

जे माहेरी ते मिळेल का सासरला
स्वप्नांची होते राख तनात मनात...!

०-०-०

- ८८ -

जशाला तसे आणि ठोशास ठोसा,
असे वागणे योग्य नाही मुळीच
अरे वंचितांना तू द्यावा दिलासा
तसा छप्परां कौल द्यावे नि वासा!

मला सांग, कोणा सुतारास सांगू
असा कौल दे आणि वासा असा दे
असा इंद्रलोकातला विश्वकर्मा
घडे कायही आयते ते प्रसादे!

असे काही आहे बलस्थान सांग
कुणाच्या कृपेने असा वागतोस
तरी काय बाबा भिका मागतोस
कुणा मान देशी, कुणालाही टांग!

जशाला तसे चालते का जगात
घरे मोडकी, तू कुठे राहशील?

०-०-०

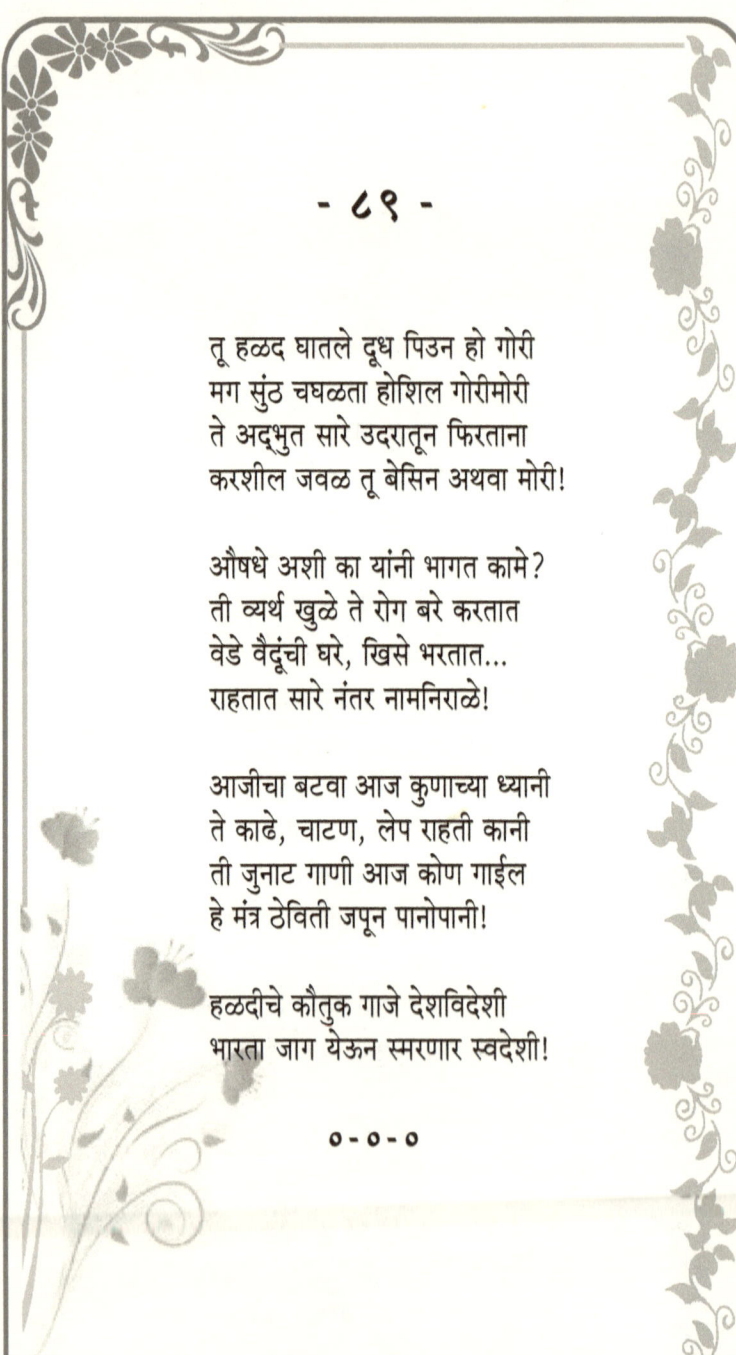

- ८९ -

तू हळद घातले दूध पिउन हो गोरी
मग सुंठ चघळता होशिल गोरीमोरी
ते अद्‌भुत सारे उदरातून फिरताना
करशील जवळ तू बेसिन अथवा मोरी!

औषधे अशी का यांनी भागत कामे?
ती व्यर्थ खुळे ते रोग बरे करतात
वेडे वैदूंची घरे, खिसे भरतात...
राहतात सारे नंतर नामनिराळे!

आजीचा बटवा आज कुणाच्या ध्यानी
ते काढे, चाटण, लेप राहती कानी
ती जुनाट गाणी आज कोण गाईल
हे मंत्र ठेविती जपून पानोपानी!

हळदीचे कौतुक गाजे देशविदेशी
भारता जाग येऊन स्मरणार स्वदेशी!

०-०-०

- १० -

यायचे इथे, जायचे इथून माघारी
मग बघायचे का शेजारी पाजारी?
हनुमंत कुणी वा रोज इथे आजारी
तू सांग कोणते कर्म करू बाजारी?

लाजून हसुन मुरकून मान मुरडून
येईन पुन्हा हे सांग खुळ्यांस रडून
कळले त्यांना ते किंवा नाही कळले
की तुझे आणखी त्यांचे धागे जुळले?

जाशिल माघारी, पुन्हा फिरून येताना
रडण्या कण्हण्याच्या आळवू नको ताना
ते तुझे सुगम संगीत कुणाला कळते
मग नशीब कुणाचे, सांग असे फळफळते!

जायचे तिथे ते येऊ नकासे फिरून
इथल्यांची मुक्ती जाईल मग हरवून...

०-०-०

- ९१ -

मुंबईत आकाशवाणी
आणि पुण्यात फलकवाणी...
आकाशवाणी कुणी ऐकत नाहीत
फलकवाणी कुणी वाचत नाहीत.
तरी एकदा धीर करून मी
काही फलकांचे वाचन केले.
बरे वाटले, ज्ञान वाढले, धडे मिळाले
करमणूक झाली, भ्रम दूर झाले.
पुण्यनगरीची ओळख मिळाली.
फलकांची झलक बघितली
शनवार नि बुधवारच पाहिला
सदाशिव, शुक्रवार, नारायण टाळले
टाळाटाळ केली कारण कंटाळा आला
एकदा ज्ञानसमृद्धी मिळाल्यावर
तृप्तीही तृप्त झाली.

एका वाड्याच्या फाटकावर
मळकट दोरी लोंबत होती
खाली कळकट फलक होता :
'ही ओढा आणि
जीवाची आशा सोडा
कारण ही ओढताच घंटिका वाजेल
आमची झोप मोडेल
तुमचे हाड मोडेल!'

दुसरा फलक सांगत होता
'कामाशिवाय येऊ नये
शक्यतो काम काढूच नये...
आणि तरीही यायचे असेल तर
उद्या यावे किंवा परवा. नमस्कार!'

एक फलक विक्रेत्यांपुरता होता
'आम्ही सगळे सामान
तुमच्याच कंपनीचे घेतो
तेव्हा दारी येऊन विचारू नका
तसदी तुम्हांला नको व आम्हालाही!'

फलकांसारखी आणखी एक गंमत दिसते
पुणेकरांना घरांची नावे हौसेने ठेवावीशी वाटतात.
काही मासले सांगतो, ही नावे आजही आहेत–:
जागर. जागरण. विशेष. अधिक. अध्वर.
प्रभात. श्यामल. पुण्यप्रद. मौज. इत्यादी

तरी मला पुणे आवडते.
तिथे राहायला आवडेलच असे नाही.
पण तिथे फिरायला आवडते खायलाही.
इराण्याकडे कट्-सांबार मिळते फक्त पुण्यातच.
म्हणून ते म्हणतात-
पुण्यास जावे, धन्य व्हावे.
मात्र तितुकेच. पुणेकर होऊ नये... का ते विचारू नका!

अलीकडे अनेकांच्या तोंडी
इंग्रेजी शब्द असतात

ताटात तोंडीलावणी असतात तसे
मालकिणीपासनं मोलकरणीपर्यंत
ती इंग्रेजी खिरापत वाढली जाते.

मग माझ्या मराठीच्या अभिमानाचे काय
त्याचे लोणचे घालू की मोरावळा?
त्याला बगळा म्हणू की कावळा
अभिमान सोडुनी द्यावा
मग जगायचे तरी काय?

मना माझिया साद देते मराठी
दिसे तेवढा श्वास माझ्या उराशी
उगा खंत वाटे जराशी जराशी
मराठीस विसरून यांनी जगावे
कुठे काय बोली, कुठे काय गावे?

नको ना मराठी, तरी मौन पाळा
नका माय विसरू, नको हात भाळा...

० - ० - ०

- १२ -

जायचे कुठे ते सांगून जा सगळ्यांना
कागांना आणिक पांढुरक्या बगळ्यांना
सगळ्यांना सगळे समजेल असेही नाही
विठ्ठलास का रखुमाई आणिक राही?

विठुराय मंदिरी एकलाच का आहे
तो विटेवरी निश्चिंत भासतो आहे
हे असेच आहे धोरण का काळ्याचे
की मला कानडा एकल दिसतो आहे?

एकटा म्हणुन का त्याचे चरण धरावे
जागच्या जागी का आपण पावन व्हावे
बाहेर यायचे बडव्यांना विसरून
आपुल्या घराला निमूट चालत जावे!

सांगणे जरूर का हे सगळे लोकांना
लोटांगण घालून सांगू वारकऱ्यांना...

०-०-०

- १३ -

जे समोर दिसते ते सारे घरकाम
करतसे लगीने घेत नसे आराम
त्याच्या कामाची दखल कुणी नच घेई
दुखले कधि गुडघे चोळतो टायगर बाम!

या म्हाताऱ्याने काय फुकट जेवावे
ईश्वरे ठेविले तसेच जगत रहावे
तक्रार कशी करणार बकासुर फुकट्या,
मग घरातल्यांनी गंमत बघत बसावे!

तो कामे करितो हे उपकार नव्हेत
गिळतो गोळ्यावर गोळे त्यांचे हिशेब नसती
ही नसती पीडा घर सारे नासवती
म्हातारथेर यांचे हे बरे नव्हेत!

तो समोर दिसतो, जाऊन फोटोत बसावा
घालू जो वरती हार तो सुकत तिथेच असावा!

०-०-०

- १४ -

खुटमुठियाचे गाईड कशाला वाचू?
त्यापरीस माझी टिपणे सुंदर असती
वर्गात मुले ती मागुन सगळी घेती
एवढ्या कारणे मी का घरात नाचू?

नानांनी मजला चतु:सूत्री सांगितली
ती इमान राखून पाळत गेलो मी
वाचन अभ्यास मनन चिंतन ही ती सूत्रे
ती कळता वळुनी नाही मदत मागितली!

ही सूत्रे साऱ्यांनाच लाभ देतात
ती घरात, व्यवहारात आणि शेतात
उपयुक्त फार ती हे अनुभव सांगेल
मग भीक कशाला कोण उगा मागेल?

टिपणांच्या माझ्या वह्या आज शेजारी
जायचे कशाला चौकात नि बाजारी?

०-०-०

- ९५ -

राघवा तुला शिकवावे आम्ही काय
पित्राज्ञा मानुन वनवासा गेलास
सोबतीस होत लक्ष्मण, मारुतिराय
जानकी पतीच्या मागुन उठुनी जाय!

उर्मिला लक्ष्मणामागून गेली नाही
आईस तिच्या काहीही वाटले नाही
उरलेल्या दोघां भावांचेही काय
कोणास वाटले काय समजले नाही!

रानात पर्णकुटी बांधुन राहत होती
ती तीन माणसे एकवटलेली होती
काननात सीता बघते स्वर्णहरीण
ती त्वचाच सुंदर तिला हवीशी होती!

त्या पायी गेली रेखा ओलांडून
राघवा अखेरी आले काय कळून?

०-०-०

- १६ -

बावडी आणखी पाणवठ्यावर यावे
मन मुक्त मोकळे आनंदात करावे
डोळ्यांत मावतो तो एकच पाणवठा
मायेचे माहेराचे स्मरण करावे

आईचे आशीर्वाद जरी पाठीशी
ती समोर असणे यात खरा आनंद
पाणावत जेव्हा या दोघांचे डोळे
रुसता रागवता कुशीत ही त्या लोळे!

ही रुसता फुगता आईने मनवावे,
बोलावे काही आईने डोलावे
आईची माया तोलुन मापुन घ्यावी
ही शिकवण सुंदर कोण कुणाला शिकवी.

पाणवठे सगळे हिचे, तिचे, सर्वांचे
ओलावत डोळे स्मरणानेही आज!

०-०-०

- १७ -

संजया, बातम्या धृतराष्ट्राला सांग
त्यानेच दिलेली बाळा तुजला दृष्टी
सांगशील त्याला आळवून तू जे जे
ते भरून जावो पंडुसुतांच्या ओजे!

पार्थाची, श्रीकृष्णाची करता निंदा
मालकास खुष करण्याचा एकच धंदा
तू सांग मना भावते तुझ्या ते सारे
धृतराष्ट्राचा तू कुत्रा आणिक बंदा!

जे असत्य सारे ते नाही तुजसाठी
मग अन्यायाला कसा घालशिल पाठी
जय पराजयाची गात रहावी गाथा
ते अनुभव सगळे ठेव बांधुनी गाठी!

संजया, जयाते विजयाते सांभाळ
अवनीही मोकळी मुक्त तसे आभाळ!

०-०-०

- १८ -

शिवबांच्या मरणानंतर
त्यांच्या आठ बायकांपैकी
एकही चितेवर नव्हती
त्या धगधगत्या ज्वाळांत
वाघ्याच उडी घेऊन
त्या कुत्र्यानेच जगाला
स्वामिभक्ती और दाखविली!

या कुत्र्यांच्या जातीला
मानितो कुणी ना कोणी
माना वा मानू नकाही
ते इमान कायम राही!

कंठात महादेवाच्या
विळखा नागाचा असतो
अन् दत्ताच्या चरणांशी
कुत्र्यांची कायम वसती
ते इमान मूक परंतु
शिकविण्यात बोलत असते!

कैलास आणि वैकुंठ
बोलके करितसे कंठ...

०-०-०

- ९९ -

हिमालयाहून प्यारा मजला माझा सह्यकडा
सह्याद्रीवर स्थिरावले मन, पाहि न इकडे तिकडे
म्हणे हिमाद्री दिसतो शोभून हिमवर्षावामुळे
सह्यकड्यावर माझ्या रुजली मायबोलीची मुळे

हिमालयाचे कौतुक असू दे त्याचे त्याच्यापाशी
माझा सह्य मला प्रिय आहे पार्थ जसा कृष्णाशी
किती नद्या उतरोत बापड्या हिमालयावरुनी,
माझी गोदा गंगा माझी दिसे मला दुरुनी!

खरे सांगू का तुलना ऐशा कुणीही काय कराव्या
गंगा उरली कवनांमध्ये कळश्या लाख भराव्या
माझ्या गोदेचे निर्मळ जळ देवघरातील गंगा
दगडांच्या गोट्यांच्या सजल्या मनात माझ्या रांगा

सह्य-हिमाच्या तुलना ज्यांना करायच्या त्या करू दे
त्या तुलनांच्या गदळ जळाने घागर त्यांना भरू दे
लहान पेला माझा मी या गोदेवरती भरतो
ते माझे जळ पवित्रसे, मी त्यातच गंगा बघतो!

हिमालया माथा ज्यांनी कधी पाहिला नाही
त्यांना माझ्या सह्यकड्यावर जीव राहिला नाही!

०-०-०